அனுபிஸ் மர்மம்

ஆசிரியர்

சத்யஜித் ரே (மே 2, 1921-ஏப்ரல் 23, 1992) இருபதாம் நூற்றாண்டின் முக்கியமான திரைப்பட இயக்குநர்களில் ஒருவர். ஓவியராக வாழ்க்கையைத் தொடங்கிய ரே, மொத்தம் 37 திரைப்படங்களையும், ஏராளமான ஆவணப்படங்களையும் இயக்கியிருக்கிறார். சத்யஜித் ரேயின் முதல் திரைப்படம், 'பதேர் பாஞ்சாலி' பதினொரு சர்வதேச விருதுகளைப் பெற்றது. 1992-ல் வாழ்நாள் சாதனைகளுக்காக ரேவுக்கு ஆஸ்கர் விருது வழங்கப்பட்டது. ரே, ஒரு புகழ்பெற்ற எழுத்தாளரும் கூட. சிறுவர்களுக்காகவும் இளைஞர்களுக்காகவும் நிறைய எழுதியிருக்கிறார்.

மொழிபெயர்ப்பாளர்

வீ.பா. கணேசன், முப்பது ஆண்டுகளாக மொழி பெயர்ப்புப் பணியில் ஈடுபட்டு வருபவர். ஆங்கிலம், தமிழ் இரு மொழிகளிலும் எழுதுபவர். சத்யஜித் ரேயுடன் நேரடியாகப் பழகியவர். சென்னையில் உள்ள மேற்கு வங்க தகவல் நிலையத்தில் உதவி இயக்குநராக பணிபுரியும் கணேசன், வங்காள மொழி நன்கறிந்தவர்.

அனுபிஸ் மர்மம்

சத்யஜித் ரே

தமிழில் : வீ.பா. கணேசன்

அனுபிஸ் மர்மம்

Anubis Marmam

by Satyajit Ray

Tamil Translation © V.B. Ganesan

First Edition: June 2008

48 Pages

ISBN 978-81-8368-818-5

Kizhakku - 314

Kizhakku, An imprint of
New Horizon Media Pvt. Ltd.,
No.33/15, Eldams Road,
Alwarpet, Chennai - 600 018.
Phone : 044 - 42009601/03/04
Fax : 044 - 43009701

Email : support@nhm.in
Website : www.nhm.in

Illustrations : Satyajit Ray

Publisher
Badri Seshadri
Chief Editor
Pa. Raghavan
Editor
Marudhan
Sr. Asst. Editors
Mugil
Sa.Na. Kannan
R. Muthukumar
Balu Sathya
Chief Designer
T. Kumaran
Designers
S. Kathiravan
Muthu Ganesan
E. Anandan

ஃபெலுடா கதைகள்

சத்யஜித் ரேயின் திரைப்படங்களைப் போலவே அவரது எழுத்துகளும் உலகப் புகழ்பெற்றவை. அவரது கலை மேதைமை வெளிப்படுபவை. ரேயின் பிரசித்தமான படைப்புகளில் ஒன்று ஃபெலுடா வரிசை கதைகள். இந்தத் துப்பறியும் கதைகளில் வெளிப்படும் அவருடைய எழுத்தின் வேகமும் சீற்றமும் பிரமிப்பூட்டக்கூடியது.

சிறுவயது முதல் துப்பறியும் கதைகள் மீது சத்யஜித் ரேக்கு மிகுந்த ஆர்வம் இருந்து வந்திருக்கிறது. பள்ளிக்கூட நாள்களிலேயே ஷெர்லக் ஹோம்ஸ் கதைகள் முழுவதும் படித்திருக்கிறார். ஒருவகையில் இந்த ஆர்வம்தான் வங்காள இலக்கியத்தின் ஷெர்லக் ஹோம்ஸ் என்று அழைக்கப்பட்ட, ஃபெலுடா கதாபாத்திரம் உருவாவதற்குக் காரணமாக இருந்தது.

ஃபெலுடா கதைகள் அனைத்தும் சத்யஜித் ரே நடத்திய 'சந்தேஷ்' சிறுவர்கள் பத்திரிகையில்தான் முதலில் வெளி யானது. ரேயின் அப்பா வழி தாத்தா உபேந்திர கிஷோர் ரேயினால் தொடங்கப்பட்டது 'சந்தேஷ்' பத்திரிகை. அவரது காலத்துக்குப் பிறகு ரேயின் தந்தை சுகுமார் ரே இப்பத்திரிகையை நடத்தினார். ஆனால், பொருளாதார இழப்புகள் காரணமாகத் தொடர்ந்து நடத்த முடியாமல் இடையிலேயே நிறுத்திவிட்டார். சத்யஜித் ரே, மீண்டும் 1961-ம் வருடம் 'சந்தேஷ்' பத்திரிகையைத் தொடங்கி, தன் இறுதிகாலம் வரைக்கும் நடத்தினார். ஃபெலுடா என்ற கதாபாத்திரத்தை உருவாக்கி, 'சந்தேஷி'ல் தொடர்ந்து துப்பறியும் கதைகள் எழுதினார்.

முதல் ஃபெலுடா கதை 'டார்ஜீலிங்கில் ஓர் அபாயம்' 1965-ம் வருடம் வெளியானது. அப்பொழுது, தொடர்ந்து ஃபெலுடா கதைகள் எழுதும் திட்டம் எதுவும் ரேயிடம் இல்லை. ஆனால், 'டார்ஜீலிங்கில் ஓர் அபாயம்' கதைக்கு வங்காள வாசகர்கள் மத்தியில் கிடைத்த உற்சாக வரவேற்பு, அவரைத் தொடர்ந்து எழுதத் தூண்டியது. ரே, மொத்தம் 35 ஃபெலுடா கதைகள் எழுதியுள்ளார். இதில் 34 கதைகள் அவரது ஆயுள் காலத்தில் வெளியானது. கடைசிக் கதையான 'மாய உலகின் மர்மம்' ரேயின் மறைவுக்குப் பிறகு 1995-ம் வருடம் வெளிவந்தது. 'அனுபிஸ் மர்மம்' 1970-ம் வருடம் வெளியானது.

துப்பறியும் நிபுணரான ஃபெலுடாவும், அவரது ஒன்றுவிட்ட சகோதரன் தபேஷ்ம் தான் இக்கதைகளின் பிரதான பாத்திரங்கள். தபேஷ் சொல்வது போல கதைகளை எழுதி யுள்ளார் ரே. அவரது முக்கியமான சிறுவர் திரைப்படங்களான 'ஜாய் பாபா பெலுநாத்', 'சோனார் கெல்லா' ஆகியவை முறையே 'பிள்ளையாருக்கு பின்னே ஒரு மர்மம்', 'தங்கக் கோட்டை' ஆகிய ஃபெலுடா கதைகளை அடிப்படையாகக் கொண்டு எடுக்கப்பட்டவைதான். ரேயின் மகன் சந்தீப் ரேயும் சில ஃபெலுடா கதைகளைத் திரைப்படமாக எடுத்துள்ளார்.

சிறுவர்களுக்காகவும் இளைஞர்களுக்காகவும்தான் ஃபெலுடா வரிசை கதைகளை சத்யஜித் ரே எழுதினார். என்றாலும், பெரியவர்களும் இக்கதைகளை விரும்பிப் படிக்கிறார்கள். வக்கிர உணர்வுகளைத் தூண்டும் துப்பறியும் கதைகளுக்கு மத்தியில், நாகரிகமான ஃபெலுடா கதைகள், துப்பறியும் கதைகளுக்கு ஓர் இலக்கிய அந்தஸ்தை வழங்குகின்றன.

அனுபிஸ் மர்மம்

'ஃபெலுடா, போன் செய்தது யார்?' என்று நான் கேட்டேன். வார்த்தைகளை வெளியே விட்ட பிறகுதான், நான் பேசியிருக்கக் கூடாது என்பது எனக்குப் புரிந்தது. ஏனென்றால், ஃபெலுடா அப்பொழுது யோகா பயிற்சியில் இருந்தார். சிரசாசனம் உள்ளிட்ட எல்லாப் பயிற்சிகளையும் முடிக்கும் வரை அவர் வாயைத் திறப்பதே இல்லை. கடந்த ஆறு மாதங்களாகத்தான் இந்தப் பயிற்சியை அவர் செய்து வருகிறார். அதன் பலன் நன்றாகவே தெரிந்தது. இப்பொழுது ஃபெலுடா, நல்ல உடல்வளத்துடன் இருக்கிறார். யோகாவினால் மிகச் சிறந்த நன்மை கிடைத்துள்ளது என்று அவரே

வெளிப்படையாக ஒப்புக்கொண்டார். நான் கடிகாரத்தைப் பார்த்துக் கொண்டிருந்தேன். சரியாக ஏழரை நிமிடங்களுக்குப் பிறகு அவரிடம் இருந்து பதில் வந்தது. தரையிலிருந்து எழுந்த வாறே அவர் சொன்னார்: 'உனக்கு அவரைத் தெரியாது!' ஃபெலுடாவின் நடவடிக்கைகள், சில நேரங்களில் உண்மை யிலேயே மிகவும் எரிச்சல் ஊட்டுவதாகவே இருக்கும். எனக்கு அந்த ஆளை தெரியாவிட்டால்தான் என்ன? அவருடைய பெயரையாவது சொல்லியிருக்கலாம், அல்லவா?

பொறுமையிழந்து போன நான், 'அவரை உங்களுக்குத் தெரியுமல்லவா?' என்றேன். முதல் நாள் ஊற வைத்திருந்த கொண்டைக் கடலையை எடுத்து மென்று தின்னத் தொடங்கி யிருந்தார், ஃபெலுடா. உடல் வளத்தைப் பாதுகாக்கும் அவரது முயற்சிகளில் இதுவும் ஒன்று.

'இதற்கு முன்பு எனக்கு அவரைத் தெரியாதுதான். ஆனால், இப்பொழுது தெரியும்' என்றார் ஃபெலுடா.

ஒருசில தினங்களுக்கு முன்புதான் துர்கா பூஜை விடுமுறை தொடங்கியிருந்தது. அப்பா, ஜாம்ஷெட்பூருக்கு சுற்றுலா சென்றிருந்தார். அம்மா, ஃபெலுடா, நான் மூவரும் மட்டும்தான் வீட்டில் இருந்தோம். இந்த முறை ஊரை விட்டு வெளியே செல்வதற்கு நாங்கள் ஏதும் திட்டமிடவில்லை. ஃபெலுடா வுடன் இருக்கும் வரை வீட்டிலேயே விடுமுறையைக் கழிப்பதில் எனக்கும் எந்த வருத்தமும் இல்லை. தொழில்முறை அல்லாத அமெச்சூர் துப்பறியும் நிபுணர் என்ற வகையில், சமீப காலமாக அவர் மிகவும் பிரபலமாகி வந்தார். எனவே, மீண்டும் ஒரு வழக்கில் அவர் ஈடுபட்டால், அதில் வியப்படைய ஏதுமில்லை என்றே நான் நினைத்தேன். என்னுடைய பயம் எல்லாம் திடீரென்று ஒருநாள், 'என்னுடன் வராதே!' என்று ஃபெலுடா கூறிவிடுவாரோ என்பதுதான். ஆனால், இதுவரை அப்படி நடக்கவில்லை. ஒருவேளை, சிறுவயது பையனுடன் சுற்றி வருவது அவருக்கு சாதகமாகக் கூட இருக்கலாம். நாங்கள் இருவரும் ஒன்றாகச் சென்றால், ஃபெலுடாவை ஒரு துப்பறியும் நிபுணர் என்று யாராலும் எளிதில் கூறிவிட முடியாது.

'போன் செய்தது யார் என்பதைத் தெரிந்துகொள்ள, நீ துடியாய்த் துடிக்கிறாய் என்று என்னால் நிச்சயமாகச் சொல்லிவிட முடியும்' என்றார் ஃபெலுடா. இது அவரது வழக்கமான பாணிதான்.

ஏதாவது தகவல் தெரிந்துகொள்ள நான் ஆர்வமாக இருக்கிறேன் என்று தெரிந்தால் போதும், சுற்றி வளைத்து ஏகப்பட்ட எதிர் பார்ப்புகளை ஏற்படுத்தி விட்டுத்தான், விஷயத்துக்கு வருவார் அவர். நான், சாதாரணமாக இருப்பது போலவே காட்டிக் கொண்டேன். 'அந்த போன் அழைப்புக்குப் பின்னால் ஏதாவது மர்மம் இருந்தால், நான் ஆர்வம் கொள்வது இயற்கைதான்' என்று சாதாரண குரலில் சொன்னேன்.

ஃபெலுடா, ஒரு கோடு போட்ட சட்டையை எடுத்து அணிந்து கொண்டார். 'என்னை போனில் அழைத்தவர் பெயர் நீலமணி சன்யால். அவர், ரோலண்ட் சாலையில் வசிக்கிறார். உடனடி யாகப் பார்க்க வேண்டும் என்று கூறினார். ஏன் என்று சொல்ல வில்லை. இருந்தாலும், அவர் கொஞ்சம் நடுக்கத்தில் இருப்பது போலத்தான் தோன்றியது.' ஒருவழியாக விஷயத்தை எடுத்துப் போட்டார் ஃபெலுடா.

'எப்பொழுது போகவேண்டும்?'

'ஒன்பது மணிக்குள் நான் அங்கு இருப்பேன் என்று அவரிடம் கூறியிருந்தேன். டாக்ஸியில் போனால்கூட பத்து நிமிடம் ஆகிவிடும். வா, போகலாம்!'

ரோலண்ட் சாலைக்குப் போகும் வழியில் நான், ஃபெலுடாவைக் கேட்டேன். 'ஒருவேளை, இந்த சன்யால் பாபு மோசடிப் பேர்வழியாக இருந்தால்? உங்களுக்கு ஏதாவது தீங்கு செய்வதுக்காகக் கூட அவருடைய வீட்டுக்கு உங்களை அழைத் திருக்கலாம். என்ன இருந்தாலும் இதற்கு முன் அவரை நீங்கள் பார்த்ததில்லை, அல்லவா?'

ஜன்னல் வழியாக வெளியே பார்த்துக்கொண்டே ஃபெலுடா சொன்னார்: 'இல்லை; பார்த்ததில்லைதான். இதுபோன்ற விஷயங்களுக்காக வெளியே போகும்போது எப்பொழுதுமே ஓர் ஆபத்து இருக்கத்தான் செய்யும். இருந்தாலும், ஒன்றை மட்டும் புரிந்துகொள். என்னைத் தாக்கவேண்டும் என்பதுதான் அவருடைய ஒரே நோக்கமாக இருந்திருந்தால், அவர் என்னை அவரது வீட்டுக்கு அழைத்திருக்க மாட்டார். ஒருவேளை, போலீஸுக்குத் தெரிந்துபோனால் அவருக்குத்தான் ஆபத்து அதிகம். அடியாள் மூலமாக இந்த வேலையைச் சுலபமாகச் செய்துவிட முடியும்.'

சென்ற ஆண்டுதான் அகில இந்திய துப்பாக்கி சுடும் போட்டியில் ஃபெலுடா முதல் பரிசு வாங்கியிருந்தார். மூன்று மாதப் பயிற்சி யிலேயே, எவ்வளவு துல்லியமாகக் குறிபார்த்து சுடுகிறார் என்பது மிகவும் வியப்பாகத்தான் இருந்தது. இப்பொழுது அவரி டம் ஒரு ரிவால்வரும்கூட இருக்கிறது. இருந்தாலும், கதைகளில் வரும் துப்பறியும் நிபுணர்களைப் போல, அதை என்றும் அவரது பாக்கெட்டில் வைத்துக்கொண்டு அலைந்ததில்லை.

'திரு. சன்யால் என்ன வேலை செய்கிறார் என்று உங்களுக்குத் தெரியுமா?'

'தெரியாது. எனக்குத் தெரிந்ததெல்லாம் அவர் பீடா போடுவார் என்பதும், ஓரளவுக்குக் காது மந்தம் என்பதும், பேசத் தொடங் கும் போதெல்லாம் 'வந்து…' என்று சொல்வதும்தான். அதற்கு மேல் நான் அவரை வேறெந்தக் கேள்வியும் கேட்கவில்லை.'

விரைவிலேயே நாங்கள் நீலமணி சன்யாலின் வீட்டை அடைந்தோம். டாக்ஸி, மீட்டர் ஒரு ரூபாய் எழுபது பைசா என்று காட்டியது. ஃபெலுடா, டிரைவரிடம் இரண்டு ரூபாய் நோட்டு ஒன்றை நீட்டி, மீதி சில்லறையை நீயே வைத்துக்கொள் என்பதுபோல் சைகை காட்டினார். நாங்கள் டாக்ஸியில் இருந்து இறங்கி முன்வாசலை நோக்கி நடந்தோம். ஃபெலுடா, அழைப்பு மணியை அழுத்தினார். அந்த வீடு, இரண்டு தளங் களைக் கொண்டதாக இருந்தது. ரொம்பப் பழையதாகவும் தோன்றவில்லை. வீட்டுக்கு முன்னால் ஒரு தோட்டம் இருந்தது. இருந்தாலும், அது சரியாகப் பராமரிக்கப்படாமல் இருப்பதாகத் தோன்றியது. காவலாளியைப் போன்ற ஒருவன் கதவைத் திறந்து, ஃபெலுடா நீட்டிய விசிட்டிங் கார்டை வாங்கிக் கொண்டு உள்ளே சென்றான். பின்பு, நாங்கள் வரவேற்பறைக்கு அழைத்துச் செல்லப்பட்டோம். உள்ளே சென்றதும், அந்த அறை எவ்வளவு அழகாக அலங்கரிக்கப்பட்டுள்ளது என்பதைக் கண்டு நான் வியப்படைந்தேன். மரச் சாமான்கள் தவிர அங் கிருந்த ஓவியங்கள், பூங்கொத்து ஜாடிகள், புராதன கலைப் பொருள்கள் ஆகிய அனைத்தும் ஒரு பெரிய கண்ணாடி அலமாரிக்குள் வைக்கப்பட்டிருந்தன. யாரோ, மிகுந்த கவனத் துடன் அவற்றை ஒழுங்குபடுத்தி இருந்ததாகவே தோன்றியது.

ஒரு சில நிமிடங்களுக்குப் பிறகு, திரு. சன்யால் அந்த அறைக்குள் நுழைந்தார். இரவு நேரத்தில் உடுத்திக்கொள்ளும் பைஜாமா

வுக்கு மேல், தளதளவென ஒரு குர்தாவை அவர் அணிந் திருந்தார். அவரது விரல்கள் அனைத்திலும் மோதிரங்கள் நிரம்பி யிருந்தன. நடுத்தர உயரம்; ஷேவ் செய்த முகம்; அப் பொழுதுதான் தூங்கி எழுந்து வந்தது போன்ற தோற்றம். அவரது வயதை ஊகிக்க முயன்றேன். ஐம்பது வயதுக்கு மேல் இருக்காது என்றே தோன்றியது. 'நீங்கள்தான் திரு. ப்ரதோஷ் மித்தரா?' என்று அவர், ஃபெலுடாவை கேட்டார். 'இவ்வளவு சின்ன வயதுடையவராக இருப்பீர்கள் என்று நான் நினைக்கவே இல்லை!' ஃபெலுடா அமைதியாகப் புன்னகைத்தார். பின்பு, என்னை சுட்டிக்காட்டி சொன்னார்: 'இது என் ஒன்றுவிட்ட சகோதரன். மிகவும் புத்திசாலிப் பையன். என்னுடன் தனியாகப் பேசவேண்டும் என்று நீங்கள் விரும்பினால், அவனை வெளியே அனுப்பிவிட முடியும்.'

நான் கொஞ்சம் யோசனையுடன் திரு. சன்யாலை நோக்கினேன். ஆனால், அவர் சொன்னார்: 'இல்லையில்லை; அதனால் பரவா யில்லை. வந்து... நீங்கள் என்ன சாப்பிடுகிறீர்கள், காஃபியா, டியா?'

'ஒன்றும் வேண்டாம். நன்றி.'

'நல்லது. நான் ஏன், உங்களை வரச் சொன்னேன் என்பதைக் கூறி விடுகிறேன். அதைச் சொல்வதற்கு முன்பு என்னைப் பற்றி சொல்லிவிடுவது சரியாக இருக்கும் என்று நினைக்கிறேன். ஓரளவு வசதியானவன் என்பதை ஏற்கெனவே நீங்கள் உணர்ந்திருப்பீர்கள். பழைய புராதன பொருள்கள், அழகிய கலைப் பொருள்கள் போன்றவற்றில் எனக்கு மிகுந்த ஆர்வம் உண்டு. உங்களால் நம்பமுடியாத விஷயம் ஒன்று உண்டென் றால், அது, நான் பணக்காரனாகப் பிறக்கவில்லை என்பதுதான். எனக்கு யாரும் சொத்தை எழுதி வைத்துவிட்டுப் போய்விட வில்லை. அதேபோல நான் எந்த வேலைக்கும் போகவில்லை; எந்தத் தொழிலும் செய்யவில்லை.'

நீலமணி பாபு, பேசுவதை நிறுத்திவிட்டு எங்கள் பதிலை எதிர்பார்ப்பவரைப் போல நோக்கினார்.

'லாட்டரி?' என்றார் ஃபெலுடா.

'என்ன சொன்னீர்கள்?'

'லாட்டரி எதிலாவது வென்றீர்களா என்று கேட்டேன்!'

'அதேதான், அதேதான்!' என்று ஆச்சரியமடைந்த குழந்தையைப் போல, அவர் உரக்கக் கத்தினார். பதினோராண்டுகளுக்கு முன்னால் ரேஞ்சர்ஸ் லாட்டரியில் எனக்கு இரண்டரை லட்ச ரூபாய் பரிசு கிடைத்தது. அதை வைத்துக்கொண்டுதான் இத்தனை நாள்களையும் ஓட்டியிருக்கிறேன் என்பதை நான் ஒப்புக்கொள்ளத்தான் வேண்டும். இந்த வீட்டை எட்டு ஆண்டுகளுக்கு முன்பு கட்டினேன். வேலை எதுவும் இல்லாத போது, என் நேரத்தை எப்படி செலவழிக்கிறேன் என்றும் நீங்கள் ஆச்சரியப்படக் கூடும். இதோ பாருங்கள், எனக்கு ஒரே ஒரு முக்கிய வேலைதான் உண்டு. எனது நேரத்தில் பெரும் பகுதியை நான் ஏலக் கடைகளில்தான் செலவிடுகிறேன். அங்கிருந்து வாங்கிய பொருள்கள்தான் இந்த அறையில் நிரம்பியிருக்கிறது' என்று கையால் அறை முழுவதையும் சுட்டிக் காட்டினார். பிறகு, மேலும் அவர் தொடர்ந்தார். 'சமீபத்தில் நடந்தது, எனது இந்தப் புராதன கலைப் பொருள்களுடன் எந்தவிதத் தொடர்பும் இல்லாதது என்றுதான் நினைக்கிறேன். இருந்தாலும், என்னால் உறுதியாகக் கூற முடியவில்லை. இங்கே பாருங்கள்...'

அவர் தன் பாக்கெட்டில் இருந்து ஒரு சில பேப்பர் துண்டுகளை எடுத்து விரித்தார். மொத்தம் மூன்று துண்டுகள் இருந்தன. அவற்றில் ஏதோ எழுதியிருந்தது. அதை உற்றுப் பார்த்தபோது, வார்த்தைகளுக்குப் பதிலாக சிறிய படங்கள் வரிசையாக இருந்தன. அவற்றில் ஒரு சிலவற்றை என்னால் அடையாளம் காணவும் முடிந்தது. ஆந்தைகள், பாம்புகள், சூரியன், மனிதக் கண் போன்றவற்றின் படங்கள்தான் அவை. மற்றவை என்ன என்பதைக் கண்டுபிடிக்க மிகவும் சிரமமாகவே இருந்தது. ஆனால், இவை அனைத்துமே ஏற்கெனவே தெரிந்தவை என்பது போன்ற ஓர் உணர்வு தோன்றியது. இது போன்றதை இதற்கு முன்பு எங்கே பார்த்திருக்கிறேன், ஏதாவது புத்தகத்திலா?

'இவை ஓவிய வடிவ எழுத்துகளாகத் தோன்றுகின்றன' என்றார் ஃபெலுடா.

'என்னது?' நீலமணி பாபு வியப்படைந்ததைப் போலத் தோன்றியது.

'புராதன எகிப்து நாட்டில் எழுத்து வடிவம் இப்படித்தான் இருந்தது. அதைப் போலத்தான் தோன்றுகிறது.'

'உண்மையாகவா?'

'ஆமாம். இதன் பொருள் என்ன என்பதைப் படித்து சொல்ல, யாராவது ஒருவரை கல்கத்தாவில் தேடிக் கண்டுபிடிப்பது மிகவும் கஷ்டமான காரியம்!'

நீலமணி பாபுவின் முகம் சோர்ந்து போனது. 'அப்படியானால் நான் என்ன செய்வது? கடந்த சில தினங்களாக, தொடர்ந்து இதுபோன்ற குறிப்பை, யாரோ ஒருவர் எனக்கு தபாலில் அனுப்பிக்கொண்டே இருக்கிறார். இதை என்னால் படிக்க முடியாது, அல்லது, புரிந்துகொள்ள முடியாது என்றால், உண்மை யிலேயே கவலையாகத்தான் இருக்கிறது. ஒருவேளை இவை அச்சுறுத்தும் கடிதங்களாக இருக்குமானால். யாரோ என்னைக் கொலை செய்வதாகக் கூட அச்சுறுத்தியிருக்கலாம், அல்லவா?'

ஃபெலுடா சிறிது நேரம் யோசித்தார். பின்பு அவர் கேட்டார்: 'நீங்கள் சேகரித்து வைத்துள்ள பொருள்களில் எகிப்தில் இருந்து வந்த பொருள் ஏதாவது இருக்கிறதா?'

நீலமணி பாபு மெதுவாகச் சிரித்தார். 'எனக்குத் தெரியாது. அது தான் உண்மையும்கூட. இவை அனைத்தையுமே அழகாகவும் அபூர்வமாகவும் விலை மதிப்பு மிக்கதாகவும் இருக்கின்றன என்பதால்தான் நான் வாங்கினேன். ஏலக் கடைக்கு வருவதற்கு முன்பு, உண்மையில் இவை எங்கிருந்தன என்று எனக்குத் தெரியாது.'

'ஆனால், இவை அனைத்துமே உண்மையான பொருள் களாகத்தான் தெரிகின்றன. உங்களுக்குக் கலை ரசனை இல்லை என்றால், யாருமே நம்பமாட்டார்கள்!'

'வந்து... அது மிகவும் சுலபம். பெரும்பாலான ஏலக் கடைகள், இத்தகைய பொருள்களை முறையாக சோதித்து, இதன் மதிப்பை நிபுணர் ஒருவர் மூலம் நிர்ணயிக்கின்றன. எனவே, ஒரு பொருள் விலை உயர்ந்ததாக இருந்தால், நிச்சயமாக அது உண்மையான பொருள்தான் என்று நாம் எடுத்துக்கொண்டு விடலாம். எனக்கு மிகவும் மகிழ்ச்சி அளிப்பதெல்லாம் என்னுடன் போட்டி போடுபவர்களைத் தோற்கடிப்பதில்தான் இருக்கிறது. எனக்கு வசதி இருக்கும்போது, ஏன் கூடாது? இந்த வகையில் உண்மை யிலேயே விலை மதிப்புமிக்க எதையாவது நான் வாங்கி யிருந்தால், அது நல்லதுதானே!'

'ஆனால், இந்தப் பொருள்களில் ஏதாவது ஒன்று எகிப்திய கலைப் பொருளாக இருக்கக்கூடும் என்று உங்களுக்குத் தெரியாதா?'

நீலமணி பாபு எழுந்து, அந்தக் கண்ணாடி அலமாரியை நோக்கிச் சென்றார். மேல் தட்டில் இருந்து, ஒரு சிறு சிலையை எடுத்து வந்து ஃபெலுடாவிடம் கொடுத்தார். அது, சுமார் அரை அடி உயரம் இருந்தது. வித்தியாசமான பச்சை நிற கல்லில் செய்யப் பட்டிருந்த அந்தச் சிலையில் வேறு பல நிறக் கற்களும் பதிக்கப் பட்டிருந்தன. அதில் கவரத்தக்க விஷயமாக இருந்தது, அந்தச் சிலையின் உடல் மனித உடலாக இருந்த போதிலும், அதன் தலை ஓநாயின் தலையாக இருந்ததுதான்.

'ஏலத்தில் பத்து நாள்களுக்கு முன்புதான் இதை வாங்கினேன். ஒருவேளை இது எகிப்திய பொருளாக இருக்குமோ?'

ஃபெலுடா, லேசாக அந்தச் சிலையைப் பார்த்துவிட்டுச் சொன்னார்: 'அனுபிஸ்'

'என்ன சொன்னீர்கள்?'

'அனுபிஸ். புராதன எகிப்தியர்களின் இறந்தவர்களுக்கான கடவுள். இது மிகவும் அழகாக உள்ளது.'

நீலமணி பாபு, கவலை தோய்ந்த குரலில் கேட்டார்: 'அப்படி யானால், எனக்கு வருகின்ற இந்தக் கடிதங்களுக்கும் இந்த அனுபிஸ் சிலைக்கும் ஏதாவது தொடர்பு இருக்குமோ? ஒரு வேளை, நான்தான் தவறு செய்துவிட்டேனோ? என்னிடம் இருந்து இதைப் பிடுங்குவதற்காக யாராவது என்னை அச்சுறுத்து கிறார்களா என்ன?'

ஃபெலுடா தலையை ஆட்டியவாறே சிலையை நீலமணி பாபுவிடம் திருப்பிக் கொடுத்துவிட்டு சொன்னார்: 'அதைச் சொல்வது கடினம். முதல் கடிதம் எப்பொழுது வந்தது?'

'போன திங்கள்கிழமை அன்று.'

'அதாவது, இந்தச் சிலையை வாங்கிய பிறகு என்றா சொல்கிறீர்கள்?'

'ஆமாம்.'

'அந்தக் கடிதம் வந்த கவரை வைத்திருக்கிறீர்களா?'

'இல்லை. நான் அதை பத்திரமாக வைத்திருக்க வேண்டும். அவை சாதாரண கவர்கள்தான். முகவரியும் கூட டைப்ரைட்டரில்

அடிக்கப்பட்டிருந்தது. எல்ஜின் சாலை என்ற தபால் முத்திரை இருந்தது. அதை நான் கவனித்திருந்தேன்.'

'நல்லது' என்று சொல்லிக்கொண்டே ஃபெலுடா எழுந்தார். 'இப்பொழுது உடனடியாக நாம் செய்ய வேண்டியது எதுவும் இல்லை. இருந்தாலும், ஒரு தற்காப்புக்காகவாவது அந்தச் சிலையை வேறெங்காவது வைத்திருங்கள். எனக்குத் தெரிந்த ஒருவர் வீட்டில்கூட சமீபத்தில் திருடு போனது. நாம் கவனமாக இருப்பது நல்லது.'

நாங்கள் வரவேற்பறையில் இருந்து வெளியேறி வாசற்படியில் நின்று கொண்டிருந்தோம். 'உங்களுக்குத் தெரிந்தவர்கள் யாராவது, உங்களை வேடிக்கையாக ஏமாற்ற வேண்டும் என்று முயற்சி செய்திருப்பார்களா?' என்று கேட்டார் ஃபெலுடா.

நீலமணி பாபு தலையை ஆட்டினார். 'இல்லை. எனது நண்பர்கள் உடனான தொடர்புகள் எல்லாம் அறுந்து போய்விட்டன.'

'எதிரிகள் யாராவது?'

'நல்லது. பெரும்பாலும் வசதி படைத்தவர்களுக்கு எதிரிகள் இருக்கக்கூடும். இருந்தாலும், அவர்களை கண்டுபிடிப்பது மிகவும் கடினம். எனக்கு முன்னால் எல்லோருமே நன்றாகத்தான் நடந்து கொள்கிறார்கள். ஆனால், என் முதுகுக்குப் பின்னால் அவர்கள் என்ன செய்கிறார்கள் என்பதை என்னால் சொல்ல முடியாது.'

'அந்தச் சிலையை ஏலத்தில் எடுத்தேன் என்றுதானே சொன்னீர்கள்?'

'ஆமாம். அரத்தூன் பிரதர்ஸ் கம்பெனியில் நடந்த ஏலத்தில்தான் வாங்கினேன்!'

'வேறு யாராவது அந்தச் சிலையை வாங்க ஆர்வமாக இருந்தார்களா?'

இந்தக் கேள்வியைக் கேட்டதும் திடீரென்று நீலமணி பாபு ஆடித்தான் போனார். 'திரு. மித்தர், இந்த விஷயத்தில் ஒரு புதிய அம்சத்தை நீங்கள் இப்பொழுதுதான் திறந்திருக்கிறீர்கள். பெரும் பாலான ஏலங்களில் குறிப்பிட்ட ஒருவருடன்தான் நான் போட்டி போடுவதுண்டு. இந்த அனுபிஸ் சிலைக்கும் கூட அவர் போட்டியிட்டார்.'

'அவர் யார்?'

'அவரது பெயர் பிரதுல் தத்தா.'

'என்ன தொழில் செய்கிறார்?'

'அவர் ஒரு வக்கீல் என்று நினைக்கிறேன். இப்பொழுது ஓய்வு பெற்றுவிட்டார். அந்தச் சிலையை வாங்குவதற்கு நாங்கள் இருவரும் மட்டும்தான் போட்டியிட்டோம். நான் பன்னிரண்டு ஆயிரம் ரூபாய் என்று சொன்னதும், அவர் ஏலம் கேட்பதை நிறுத்திவிட்டார். பின்பு, நான் காரில் ஏறும்போது அவரது கண்களை சந்திக்க நேர்ந்தது. அந்தப் பார்வை எனக்கு நல்லதாகப் படவில்லை என்று மட்டும்தான் என்னால் சொல்லமுடியும்.'

'அப்படியா?'

இதற்குள் நாங்கள் வீட்டைவிட்டு வெளியே வந்து, வாயிற்கதவை நோக்கி நடந்து கொண்டிருந்தோம்.

'இந்த வீட்டில் நிறையபேர் வசிக்கிறார்களா என்ன?' என்று கேட்டார் ஃபெலுடா.

'இல்லையில்லை. இந்த உலகத்தில் நான் தனியாகத்தான் இருக்கிறேன். எனது டிரைவர், தோட்டக்காரன், மேலும் என் நம்பிக்கைக்குரிய பழைய வேலைக்காரர்கள் இரண்டு பேர் ஆகியோர் என்னுடன் இருக்கிறார்கள். அவ்வளவுதான்!'

'இந்த வீட்டில் குழந்தைகள் யாராவது இருக்கிறார்களா?' என்று எதிர்பாராத வகையில் கேட்டார், ஃபெலுடா.

நீலமணி பாபு சில நொடிகள் வெறித்துப் பார்த்துவிட்டு, பின்னர் உரக்கச் சிரித்தார். 'என்னை என்னவென்று சொல்வது? எனது உறவினனைப் பற்றிச் சொல்லவே மறந்துவிட்டேன். உண்மை யில், என் வீட்டில் இருக்கும் பெரியவர்களைப் பற்றி மட்டுமே நான் நினைத்துக் கொண்டிருந்துவிட்டேன். ஆமாம், எனது மருமகன் ஜுன்டு அவ்வப்போது என்னைப் பார்க்க வருவான். அவனது பெற்றோர்கள் இப்பொழுது ஜப்பானில் இருக்கிறார் கள். அவனது தந்தை ஏதோ வியாபாரம் செய்து வருகிறார். ஜுன்டுவை என் பொறுப்பில்தான் விட்டு வைத்திருக்கிறார் கள். ஆனால் பாருங்கள், அவன் இங்கு வந்து சேர்ந்ததில் இருந்தே ஜுரத்தினால் அவதிப்பட்டுக் கொண்டிருக்கிறான். அது சரி, என் வீட்டில் ஒரு குழந்தை இருக்கக்கூடும் என்று

உங்களுக்கு எப்படி தோன்றியது?'

'உங்கள் வரவேற்பறையில் இருந்த கப்போர்டுக்குப் பின்னால், ஒரு காற்றாடி வெளியே நீட்டிக் கொண்டிருந்தது.'

சரியாக இந்த நேரத்தில்தான் சாலையில் கிடந்த கற்களை டயர்களால் நசுக்கிக்கொண்டு ஒரு டாக்ஸி வந்து நின்றது. டாக்ஸியை அழைத்து வர தனது வேலைக்காரனை நீலமணி பாபு அனுப்பி வைத்திருந்தார். நல்ல யோசனைதான். 'நன்றி!' என்று கூறிக் கொண்டே ஃபெலுடாவும் நானும் வண்டியில் அமர்ந்தோம். 'சந்தேகத்துக்கு இடமாக எது நடந்தாலும் உடனே எனக்குத் தெரிவியுங்கள். ஆனாலும், இந்தத் தருணத்தில் நாம் செய்வதற்கு எதுவுமில்லை.'

நாங்கள் திரும்பி வந்து கொண்டிருந்தபோது நான் கேட்டேன்: 'அந்த அனுபிஸ் சிலையில் ஏதோ பயங்கரமான விஷயம் இருக்கிறது, இல்லையா?'

'மனிதத் தலையை எடுத்துவிட்டு ஒரு மிருகத்தின் தலையை வைத்தால், எந்தச் சிலையுமே பார்ப்பதற்கு பயங்கரமாகத்தான் இருக்கும்.'

'புராதன காலத்து எகிப்து கடவுள்களின் சிலைகளை வைத்திருப்பதே அபாயகரமானதுதான்.'

'யார் சொன்னது உனக்கு?'

'ஏன், நீங்கள்தான் நீண்ட நாள்களுக்கு முன்பு சொன்னீர்கள்!'

'இல்லை; எப்பொழுதும் இல்லை. புராதன எகிப்திய சிலைகளைத் தோண்டிய சில ஆராய்ச்சியாளர்களுக்குத்தான் பின்னாள்களில் ஏராளமான துன்பங்கள் வந்தன என்றுதான் கூறியிருக்கிறேன்.'

'ஆமாம், ஆமாம். இப்பொழுது நினைவுக்கு வந்துவிட்டது. ஒரு பிரிட்டிஷ்காரர் இருந்தார், இல்லையா. அவர் பெயர் என்ன?'

'கர்னர்வான் பிரபு.'

'அவரது நாய் கூட?'

'அந்த நாய் அவரோடு இல்லை. கர்னர்வான் பிரபு, அப்பொழுது எகிப்தில் இருந்தார். அவரது நாய் இங்கிலாந்தில் இருந்தது.

டுடான்காமேனின் சமாதியைத் தோண்ட அவர் உதவி செய்த பிறகு, நோயுற்று இறந்து போனார். பின்னர்தான் தெரிந்தது, பல ஆயிரம் மைல்களுக்கு அப்பால் இருந்த அவரது நாயும் தன் எஜமான் இறந்த அதே நேரத்தில் மர்மமான முறையில் செத்துப் போனது. அது நல்ல உடல்நலத்துடன்தான் இருந்தது. நாய் எதனால் இறந்தது என்பதை எவராலும் கண்டுபிடிக்க முடியவில்லை.'

எகிப்தைப் பற்றி நான் என்ன கேள்விப்பட்டாலும் ஃபெலுடா சொன்ன இந்த விசித்திரக் கதைதான் உடனே என் நினைவுக்கு வரும். ஏதோ ஓர் எகிப்திய ராஜாவின் சமாதியிலிருந்து இந்த அனுபிஸ் சிலை வெளி வந்திருக்கலாம். நீலமணி பாபு இதை உணர்ந்து கொள்ளவில்லையா? இவ்வளவு பெரிய ஆபத்தை அவர் ஏன் விலைக்கு வாங்கவேண்டும்.

அடுத்த நாள் காலை ஆறு மணிக்கு, எங்கள் வீட்டு பால்கனியில் பேப்பர்காரன் தடாலென்று பேப்பரை போட்ட அதே நேரத்தில் தான், போன் ஒலித்ததைக் கேட்டேன். உடனே ரிசீவரை எடுத்து, 'ஹலோ' என்றேன். எதிர்முனையில் என்ன பேசுகிறார்கள் என்பதைக் கேட்பதற்கு முன்பே, ஃபெலுடா விரைந்து வந்து போனை என்னிடம் இருந்து பிடுங்கிக் கொண்டார். 'அப்படியா?' என்று மூன்று முறை அவர் சொல்வதைத்தான் என்னால் கேட்க முடிந்தது. பிறகு, 'சரி, நல்லது!' என்று கூறிவிட்டு போனை கீழே வைத்தார்.

கரகரத்த குரலில் அவர் என்னிடம் கூறினார்: 'நேற்றிரவு அந்த அனுபிஸ் சிலை காணாமல் போய்விட்டது. நாம் உடனே அங்கு போகவேண்டும்!'

அதிகாலையில் போக்குவரத்து மிகக் குறைவாக இருந்ததால், நீலமணி பாபுவின் வீட்டை அடைவதற்கு எங்களுக்கு ஏழு நிமிடங்கள்தான் ஆனது. அவர் முற்றிலும் திகைப்படைந்த முகத்துடன், எங்களுக்காக, வீட்டு வாசலிலேயே காத்திருந்தார். நாங்கள் டாக்ஸியை விட்டு இறங்கியவுடன் அவர் கூறினார்: 'என்னவோர் அதிர்ச்சிகரமான சம்பவத்தை நான் சந்தித்தேன்? இதுபோன்ற பயங்கரமான ஓர் அனுபவம் இதுவரை எனக்கு ஏற்பட்டதே இல்லை.'

நாங்கள் வரவேற்பறைக்குள் சென்றோம். ஃபெலுடாவும் நானும் உட்காருவதற்கு முன்பாகவே நீலமணி பாபு, ஒரு

சோபாவில் பொத்தென்று விழுந்தார். தனது மணிக்கட்டுகளை எங்களிடம் காட்டினார். அவரது கைகள் கட்டப்பட்டிருந்த அடையாளம் தெரிந்தது. கயிறு கட்டப்பட்டிருந்த இடத்தில் தோல் கன்றிப் போயிருந்தது.

'என்ன நடந்தது என்று சொல்லுங்கள்' என்றார் ஃபெலுடா.

நீலமணி பாபு, மூச்சை ஆழமாக உள்ளிழுத்து விட்டுவிட்டு, பேசத் தொடங்கினார். 'உங்கள் ஆலோசனைப் படி நேற்றிரவு அந்தச் சிலையை என்னுடன் வைத்துக்கொண்டேன். எனது தலையணைக்கு அடியில்தான் வைத்திருந்தேன். அது இருந்த இடத்திலேயே விட்டிருந்தால் நன்றாக இருந்திருக்கும் என்று இப்பொழுது நினைக்கிறேன். குறைந்தது இந்த உடல் வலியில் இருந்தாவது தப்பித்திருப்பேன். பரவாயில்லை. அமைதியாகத் தான் தூங்கிக் கொண்டிருந்தேன். திடீரென்று விழித்துக் கொண் டேன். நேரம் என்ன என்று தெரியவில்லை. மூச்சுத் திணறுவது போன்ற உணர்வினால்தான் எழுந்தேன். உடனேயே புரிந்தது, என் வாயில் துணி அடைக்கப்பட்டிருக்கிறது என்று. என்னைத் தாக்கியவனை கைகளால் சமாளிக்கவும் முயற்சி செய்தேன். ஆனால், அவன் என்னைவிட பலசாலியாக இருந்தான். என் கைகளைப் பின்னால் வைத்து கட்டிவிட்டு, தலையணைக்குக் கீழே இருந்த அனுபிஸ் சிலையை எடுத்துக்கொண்டு மறைந்து விட்டான். இது எல்லாமே ஒருசில நிமிடங்களில் நடந்து முடிந்து விட்டது. அவன் முகத்தைக்கூட என்னால் பார்க்க முடியவில்லை.'

நீலமணி பாபு, மூச்சு விடுவதற்காகப் பேசுவதை நிறுத்தினார். சிறிது நேர ஓய்வுக்குப் பிறகு பேச்சைத் தொடர்ந்தார். 'காலையில் எனக்கு டீ கொடுப்பதற்காக எனது வேலைக்காரன் என் அறை வந்த போதுதான், இரு கைகளும் பின்னால் கட்டப்பட்டுள்ள நிலையில் நான் இருப்பதையும், என் வாயில் துணி அடைத்திருப்பதையும் கண்டான். என் உடம்பு முழுவதும் வலியால் துடித்துக் கொண்டி ருந்தது. ஒருவழியாக அவன் என் கைகளை அவிழ்த்துவிட்ட உடனேயே உங்களுக்கு போன் செய்தேன்.'

ஃபெலுடா, மிகுந்த கவலையுடன் அவர் சொல்வதை கேட்டுக் கொண்டிருந்தார். பின்பு, அவர் சொன்னார்: 'உங்கள் படுக்கை அறையை நான் பார்க்கலாமா? உங்களுக்கு மறுப்பேதும் இல்லை என்றால், உங்கள் வீட்டை ஒரு சில போட்டோக்கள் எடுக்கவேண்டும்.' சமீபகாலத்தில் புகைப்படம் எடுக்கும் பொழுதுபோக்கையும் ஃபெலுடா வளர்த்துக் கொண்டிருந்தார்.

முதல் மாடியில் இருந்த தன் படுக்கையறைக்கு நீலமணி பாபு எங்களை அழைத்துச் சென்றார். அறைக்குள் கால் வைத்த உடனேயே, ஃபெலுடா, 'என்னது?' எனத் திகைப்புடன் கேட்டார்: 'உங்கள் ஜன்னல்களுக்கு நீங்கள் குறுக்குக் கம்பிகள் போடவே இல்லையா?'

'இல்லை' என நீலமணி பாபு வருத்தத்துடன் தலையை அசைத்தார். 'வெளிநாட்டவர்களின் பங்களாக்களை போன்று தான் இந்த வீடு கட்டப்பட்டது. எனவே, ஜன்னல்கள் எல்லாமே குறுக்குக் கம்பிகள் இல்லாமல்தான் விடப்பட்டிருந்தன. ஜன்னல் களை சாத்திவிட்டு என்னால் எப்பொழுதும் தூங்கமுடியாது.'

ஜன்னல் வழியாக வெளியே எட்டிப் பார்த்துவிட்டு, ஃபெலுடா சொன்னார்: 'திருடனுக்கு மிகவும் எளிதாகத்தான் இருந்திருக்க வேண்டும். கீழே ஜன்னலுக்கு மேல் உள்ள மழைத் தடுப்பு பலகை; அதன் பக்கத்திலேயே ஒரு பைப். எந்தவொரு நல்ல திடகாத்திரமான மனிதனும் மிக எளிதாக இந்த அறைக்குள் வந்துவிடலாம்.'

ஃபெலுடா, கேமராவை வெளியே எடுத்து புகைப்படம் எடுக்கத் தொடங்கினார். பின்பு, அவர் கேட்டார்: 'வீட்டின் மற்ற பகுதிகளை நான் பார்க்கலாமா?'

'நிச்சயமாக' என்று சொல்லிக்கொண்டே நீலமணி பாபு எங்களை அடுத்த அறைக்கு அழைத்துச் சென்றார். அங்கிருந்த படுக்கை யில் முழுவதும் போர்வையால் மூடிய ஒரு மூட்டையை பார்த் தோம். போர்வையின் ஒரு பகுதியை விலக்கிக்கொண்டு ஒரு சிறு வனின் முகம் வெளிப்பட்டது. மிகப் பெரியதாகத் தோன்றிய கண் களால் அவன் எங்களை ஊடுருவிப் பார்த்தான். அந்தப் பைய னுக்கு உடல்நிலை சரியில்லை என்பது நன்றாகவே தெரிந்தது.

'இதுதான் எனது மருமகன் ஜ^{ாண்}ட்டு. நேற்றிரவு டாக்டர் போஸை அழைக்க நேரிட்டது. அவர் ஒரு தூக்க மாத்திரை கொடுத்திருந்தார். அதனால்தான் எதையும் பார்க்காமல், கேட் காமல் நன்றாக உறங்கியிருக்கிறான்' என்றார் நீலமணி பாபு.

முதல் மாடியிலும் கீழ் தளத்திலும் இருந்த மற்ற அறைகளை மேலோட்டமாகப் பார்த்துவிட்டு, நாங்கள், தோட்டத்தையும் அதைச் சுற்றியுள்ள பகுதிகளையும் பார்ப்பதற்கு வந்து சேர்ந்தோம். நீலமணி பாபுவின் படுக்கையறை ஜன்னலுக்கு நேர் கீழே மூன்று பூந்தொட்டிகள் இருந்தன. ஃபெலுடா அவற்றை

உன்னிப்பாக பார்த்தார். முதல் இரண்டு தொட்டிகளில் ஒன்றும் கிடைக்கவில்லை. மூன்றாவது தொட்டியில் காலி டின் ஒன்றை ஃபெலுடா கண்டெடுத்தார். அதன் மூடியைத் திறந்துகொண்டே ஃபெலுடா கேட்டார்: 'இந்த வீட்டில் யாராவது மூக்குப் பொடி போடுவார்களா?' நீலமணி பாபு தலையை ஆட்டினார். ஃபெலுடா அந்த டப்பாவைத் தனது பாக்கெட்டில் வைத்துக் கொண்டார்.

நீலமணி பாபு சொன்னார்: 'இதோ பாருங்கள் திரு. மித்தர், அந்தச் சிலையை இழந்ததற்காக நான் பெரிதாக வருத்தப்படவில்லை. இன்றில்லாவிட்டாலும் வேறொரு நாள் இதேபோன்ற ஒரு சிலையை என்னால் வாங்கிக்கொள்ள முடியும். என்னால் தாங்கிக்கொள்ள முடியாததெல்லாம், யாரோ ஒருவன் என் வீட்டுக்குள் மிக எளிதாக நுழைந்து என்னை பயமுறுத்தி யிருக்கிறானே; இதற்குத்தான் நீங்கள் ஏதாவது செய்தாக வேண்டும். அந்தத் திருடனை மட்டும் நீங்கள் பிடித்து விட்டால், நான்... நான்... கொடுப்பேன்... அதாவது...'

'பரிசா?'

'ஆமாம், ஆமாம்.'

'உங்களுக்கு மிக்க நன்றி திரு. சன்யால். எப்படி இருந்தாலும் மேற்கொண்டு நான் விசாரணையை மேற்கொள்ளத்தான் போகி றேன். நீங்கள் பரிசளிக்கப் போகிறீர்கள் என்பதற்காக அல்ல. இந்த விஷயம் ஒரு சவாலாகவும் உற்சாகமானதாகவும் இருப் பதால்தான்!' என்றார் ஃபெலுடா. பிரபலமான கதைகளில் வரும் புகழ்பெற்ற துப்பறியும் நிபுணர்களைப் போலத்தான் அவர் இப்பொழுது பேசினார். அதைக்கேட்க எனக்கு மிகவும் ஆனந்தமாக இருந்தது.

இதன்பிறகு, நீலமணி பாபுவின் டிரைவர் கோவிந்த், அவரது வேலையாள்கள் நந்தலால் மற்றும் பஞ்சு, அவரது தோட்டக் காரர் நடபார் ஆகியோருடன் ஃபெலுடா அடுத்த பத்து நிமிடங்கள் பேசிக்கொண்டிருந்தார். இருந்தாலும், அவர்களால் பயனுள்ள எந்தத் தகவலையும் எங்களுக்கு சொல்ல முடிய வில்லை. வீட்டுக்கு வெளியே இருந்து வந்த ஒரே ஆள் டாக்டர் போஸ்தான் என்று அவர்கள் கூறினார்கள். ஜூன்டுவைப் பார்ப்பதற்காக இரவு சுமார் ஒன்பது மணிக்கு அவர் வந்திருந்தார். அவர் போன பிறகு, நீலமணி பாபு சில மருந்துகளை

வாங்குவதற்காக அருகிலிருந்த மருந்து கடைக்குச் சென்றார்; அவ்வளவுதான்.

இதன்பிறகு, நாங்கள் அங்கிருந்து கிளம்பிவிட்டோம். திரும்பும் வழியில், டாக்ஸி எங்கள் வீட்டுக்குப் போகும் திசையில் செல்லவில்லை என்பதை நான் திடீரென்று கவனித்தேன். ஃபெலுடா, என்னை எங்கே அழைத்துச் செல்கிறார்? அவர், மிகவும் கவலையோடு இருப்பதாகத் தோற்றமளித்த நிலையில், அவரைக் கேட்பதற்கு எனக்குத் துணிவு பிறக்கவில்லை.

ஃப்ரீ ஸ்கூல் தெருவில், ஒரு கடைக்கு முன்பாக, எங்கள் டாக்ஸி நின்றது. அந்தக் கடையின் பெயர்பலகையில் 'அரத்தூன் பிரதர்ஸ்-ஏலதாரர்கள்' என்று எழுதியிருந்தது. ஒவ்வோர் எழுத்தும் பளிச்சிடும் வெள்ளி நிறத்தால் பெயிண்ட் அடிக்கப் பட்டிருந்தது. இதுபோன்ற ஏலக்கடையை நான் இதற்கு முன் பார்த்தேயில்லை. எனவே, அதைப் பார்த்தவுடன் நான் திகைத்து நின்றுவிட்டேன். ஒரே இடத்தில் இத்தனை விதவித மான பொருள்களை சேகரிக்க முடியும் என்று யாருக்குத் தெரி யும். அங்கிருந்த எண்ணற்ற பொருள்களுக்கு இடையேதான் நீலமணி சன்யால் அவரது அனுபிஸ் சிலையை கண்டெடுத்திருக் கிறார். ஃபெலுடா, தான் வந்த வேலையை இரண்டே நிமிடத் தில் முடித்துக்கொண்டார். அந்த ஏலக் கடைக்காரர்கள் பிரதுல் தத்தாவின் முகவரியை அவருக்குக் கொடுத்தார்கள். எண்: 7/1 லவ்லாக் தெரு, கல்கத்தா. இப்பொழுது அங்கே போகப் போகிறோமா என்ன? இல்லை. வீட்டுக்குச் செல்லும்படி ஃபெலுடா டிரைவரிடம் கூறினார்.

அன்று மதியம் சாப்பிடுவதற்காக நாங்கள் உட்கார்ந்தபோதுகூட, நடந்த விஷயங்களை மீண்டும் மீண்டும் அசைபோட்டேன். இருந்தாலும், எந்தத் திசையும் தெரியாமல்தான் இருந்தது. நான் மௌனமாக பிரார்த்தனை செய்தேன். கடவுளே! ஃபெலுடா வுக்கு இந்த விஷயத்தில் ஏதாவது ஒரு பிடி கிடைக்க வழி செய். அதை வைத்துக்கொண்டு அவர் மேலே தொடரட்டும். இல்லை யென்றால், அவர் தோல்வியை ஒப்புக்கொள்ள நேரிடும். அதை என்னால் தாங்கவே முடியாது.

'அப்புறம் என்ன ஃபெலுடா?' என்று கேட்டேன்.

பருப்புடன் சாதத்தைப் பிசைந்துகொண்டே அவர் பதிலளித்தார். 'மீன் குழம்பு, அதன்பிறகு வேகவைத்த காய்கறி, அப்புறம் சட்னி, தயிர்.'

'அதுக்கு அப்புறம்?'

'நான் கையைக் கழுவிவிட்டு, வாயைத் துடைத்துக் கொண்டு, வெற்றிலை பாக்கு போடுவேன்'

'அதற்குப் பிறகு?'

'ஒரு போன் பேச வேண்டும். அதற்கும் பிறகு, கொஞ்சம் தூங்கலாம் என்று நினைத்திருக்கிறேன்.'

இதற்கு மேல் அவரைக் கேட்பதில் பயனில்லை என்ற முடிவுக்கு வந்தேன். அவர் போன் பேசும் வரை காத்திருக்கத்தான் வேண்டும். வேறு வழியில்லை. அவர், பிரதுல் தத்தா வுக்குத்தான் போன் போடுவார் என்று எனக்குத் தெரியும். ஏற்கெனவே டெலிபோன் டைரக்டரியில் இருந்த அவரது எண்ணை குறித்து வைத்திருந்தேன்.

ஒரு வழியாக ஃபெலுடா போன் பேசியபோது, ஒரு பக்க பேச்சை மட்டுமே என்னால் கேட்க முடிந்தது. அந்த உரையாடல் இப்படித்தான் இருந்தது:

ஃபெலுடா: (வயதானவரைப் போல குரலை மாற்றிக்கொண்டு) 'ஹலோ, நாக்தலாவில் இருந்து பேசுகிறேன்.'

'என்னுடைய பெயர் ஜெயநாராயண் பக்சி. புராதன பொருள்கள், புராதன கலைகள் ஆகியவற்றில் எனக்கு மிகவும் விருப்பம் உண்டு.'

'உண்மையில் இதைப் பற்றி ஒரு புத்தகம்கூட எழுதி வருகிறேன்.'

'ஆமாம், ஆமாம். உங்களது கலைப் பொருள்கள் சேகரிப்பு பற்றி நான் கேள்விப்பட்டேன். அதனால்தான் உங்களிடம் என்ன இருக்கிறது என்று பார்க்க ஆசைப்படுகிறேன்.'

'இல்லையில்லை; அப்படி ஒன்றும் இல்லை.'

'ஆமாம். நன்றி; மிக்க நன்றி.'

ஃபெலுடா ரிசீவரை கீழே வைத்துவிட்டு என்னை நோக்கித் திரும்பினார். 'அவரது வீட்டுக்கு வெள்ளையடித்துக் கொண்டி ருக்கிறார்களாம். எனவே, பொருள்கள் எல்லாம் அங்கு

மிங்குமாக இறைந்து கிடக்கின்றனவாம். இருந்தாலும், இன்று மாலை வந்து பார்க்கலாம் என்றார்.'

என்னால் இதைக் கேட்காமல் இருக்க முடியவில்லை. 'ஆனால், ஒருவேளை உண்மையிலேயே அந்த அனுபிஸ் சிலையை அவர் திருடியிருந்தால். நிச்சயமாக அதை அவர் நமக்குக் காண்பிக்க மாட்டார் அல்லவா?'

'எனக்குத் தெரியாது. உன்னை மாதிரி முட்டாளாக இருந்தால் ஒருவேளை அவர் காண்பிக்கலாம். திருடு போன ஒரு பொருளைப் பார்ப்பதற்காக ஒன்றும் நான் அவரைப் பார்க்கப் போகவில்லை. அந்த ஆளைப் பார்க்க வேண்டும் என்றுதான் போகிறேன்.'

அவர் சொன்னது போலவே, இதற்குப் பிறகு ஒரு குட்டித் தூக்கம் போட அவரது அறைக்குச் சென்றுவிட்டார். எப்போதெல்லாம் தேவையோ, அப்போதெல்லாம் ஒருசில நிமிடங்களாவது தூங்கிவிடும் திறமை அவருக்கு இருந்தது. உண்மையில் நெப் போலியனுக்குக் கூட இந்தத் திறமை இருந்ததாம். குதிரையின் மேல் உட்கார்ந்து கொண்டும்கூட அவரால் தூங்க முடிந்ததாம். ஒரு சில நிமிடங்கள் தூக்கத்துக்குப் பிறகு புத்துணர்வுடன் காணப் படுவாராம். அல்லது அப்படித்தான் நான் கேள்விப்பட்டி ருக்கிறேன். எகிப்திய கலைகள் குறித்து, ஃபெலுடாவிடம் இருந்த ஒரு புத்தகத்தை மேலோட்டமாக பார்த்துக்கொண்டே மதிய நேரத்தைக் கழித்துவிடலாம் என்று தீர்மானித்தேன். எனினும், சில நிமிடங்களுக்குப் பிறகு, போன் மணி அடித்தது. வரவேற்பறைக்கு ஓடிச்சென்று அதை எடுத்தேன்.

'ஹலோ.'

மறுபுறத்தில் பதில் எதுவும் இல்லை. இருந்தாலும், அவர் ரிசீவரை காதில்தான் வைத்திருக்கிறார் என்பதை என்னால் உணர முடிந்தது. எனக்கு ஒரு மாதிரியாக இருந்தது. ஒரு சில நொடிகளுக்குப் பிறகு, கடுமையான ஒரு குரல் கேட்டது. 'பிரதோஷ் மித்தரிடம் பேச முடியுமா?'

'அவர் ஓய்வெடுத்துக் கொண்டிருக்கிறார். நீங்கள் யார் பேசுவது என்று தெரிந்து கொள்ளலாமா?'

அந்த ஆள் மீண்டும் சில நொடிகள் மௌனமாக இருந்துவிட்டுச் சொன்னார்: 'நல்லது. அந்த எகிப்திய கடவுள் எங்கு இருக்க

வேண்டுமோ, அங்குதான் இருக்கிறது என்று அவரிடம் சொல்லி விடு. அனுபிஸ் எங்கே போனது என்பதைப் பற்றி திரு. மித்தர் தேவையில்லாமல் கவலைப்பட வேண்டாம். இந்த விஷயத்தில் அவர் மீண்டும் தலையிட்டால், விளைவுகள் மோசமாகக்கூட ஆகலாம்' என்று கூறியவுடன் தொடர்பு அறுந்து போனது.

எவ்வளவு நேரம் அப்படி இருந்தேன் என்று எனக்கே தெரிய வில்லை. போன் ரிசீவரை கையில் வைத்துக்கொண்டே முட்டாள்தனமாக அமர்ந்திருந்தேன். ஃபெலுடா அறைக்குள் வரும்போதுதான், எனக்கு நினைவு திரும்பி, ரிசீவரை அதனி டத்தில் வைத்தேன். 'போனில் யார் பேசியது?' என்று அவர் கேட்டார். அந்த விசித்திரமான குரலில் கேட்டதை மீண்டும் அவரிடம் ஒப்புவித்தேன். ஃபெலுடா முகத்தை சுளித்துக் கொண்டு எரிச்சலுடன் நாக்கால் சப்பு கொட்டினார்.

'நீ என்னை கூப்பிட்டிருக்க வேண்டும்.'

'எப்படி முடியும்? உங்கள் தூக்கத்தைக் கலைத்தால் நீங்கள் கோபப்படுவீர்கள்.'

'உம்... அந்த ஆளின் குரல் எப்படி இருந்தது?'

'மிகவும் கடுமையாக, கரடுமுரடாக இருந்தது.'

'அப்படியா. எப்படி இருந்தாலும், பிரதுல் தத்தாவை போய்ப் பார்க்க நேரமாகி விட்டது. ஏதோ கொஞ்சம் பொறி தட்டினது போல் இருந்தது. அதற்குள் நிலைமை மீண்டும் சிக்கலாகி விட்டது.'

அன்று மாலை, ஆறு மணியாவதற்கு ஐந்து நிமிடங்களுக்கு முன், நாங்கள் பிரதுல் தத்தாவின் வீட்டின் முன் டாக்ஸியிலிருந்து இறங்கினோம். நாங்கள் இருவருமே மாறுவேஷத்தில்தான் இருந்தோம். என் அப்பாவால்கூட எங்களை அடையாளம் காண முடியாது. தடிமனான மீசையில், அதற்கும் தாராளமாக வெள்ளையடித்து, அறுபது வயது முதியவராக ஃபெலுடா இருந்தார். அவர் மூக்கில் தடிமனான மூக்குக் கண்ணாடி ஒட்டிக் கொண்டிருந்தது. நீண்ட காலர் கொண்ட கறுப்பு மேலங்கியை அவர் அணிந்திருந்தார். வெள்ளை வேட்டி; நீண்ட காலுறைகள்; பழுப்பு கலரில் டென்னிஸ் ஷூ. இப்படி தயாராவதற்கு அவருக்கு அரைமணி நேரம் ஆனது. அதன் பிறகு அவர் என்னை

அழைத்து சொன்னார்: 'உனக்கும் சில பொருள்கள் இருக்கிறது. சீக்கிரம் போட்டுக் கொள்.'

'என்ன, நானும் மேக்கப் போட்டுக் கொள்ளவேண்டுமா?'

'ஆமாம்!

இரண்டே நிமிடத்தில் என் உண்மையான முடியை மறைத்துக் கொண்டு விக் ஒன்றை வைத்துக் கொண்டேன். மூக்குக் கண்ணாடியும் என் கண்களை மறைத்துக் கொண்டது. பிறகு, அவர் ஒரு ஐ-ப்ரோ பென்சிலை வைத்து, எனது கிருதாவை டச்சப் செய்து, அதை ஒழுங்கில்லாமல் வளர்ந்தது போன்ற தோற்றத்தை ஏற்படுத்தினார். இறுதியில் அவர் சொன்னார்: 'நீ எனது மருமகன். உன் பெயர் சுபோத். உன் வாழ்க்கையின் ஒரே லட்சியம் வாயை மூடிக் கொண்டிருப்பதுதான். அதை நன்றாக நினைவில் வைத்துக்கொள்.'

வாயில் வழியாக நாங்கள் உள்ளே சென்றபோது, பிரதுல் தத்தா வராந்தாவில் உட்கார்ந்திருப்பதைப் பார்த்தோம். அந்த வீடு முப்பது வருடங்களுக்கு முன்னால் கட்டப்பட்டிருக்க வேண் டும். இருந்தாலும், புதிதாக பெயிண்ட் அடித்ததற்குப் பிறகு சுவர் களும் கதவுகளும் ஜன்னல்களும் பளபளத்துக் கொண்டிருந்தன.

ஃபெலுடா தலையைக் குனிந்து, கைகளைக் கூப்பி அவருக்கு வணக்கம் செலுத்திவிட்டு, வயதான மனிதரின் குரலில் மெதுவாகச் சொன்னார்: 'வணக்கம். நீங்கள்தானே திரு. பிரதுல் தத்தா?'

'ஆமாம்' என்று அவர் புன்னகை ஏதுமின்றி பதிலளித்தார்.

'நான் ஜெயநாராயண் பக்சி. இது எனது மருமகன் சுபோத்.'

'அவனை ஏன் கூட அழைத்து வந்தீர்கள். போனில் மருமகனைப் பற்றி நீங்கள் எதுவும் சொல்லவில்லையே!'

'இல்லை. ஆனாலும் பாருங்கள், சமீபகாலமாக அவன் ஓவியம் வரையத் தொடங்கி இருக்கிறான். கலைகளில் மிகவும் ஈடுபாடு உண்டு. அதனால்தான்...' திரு. தத்தா அதற்குமேல் எதுவும் பேசவில்லை. அவர் இருந்த இடத்தைவிட்டு எழுந்தார்.

'எனது பொருள்களை நீங்கள் பார்ப்பதைப் பற்றி நான் கவலைப்படவில்லை. இந்த வெள்ளையடிக்கும் வேலை

யினால் எல்லாப் பொருள்களையும் அங்குமிங்குமாக நகர்த்தி வைக்க வேண்டியிருக்கிறது. இப்பொழுது சின்னச் சின்ன பொருளையும் கூட எடுத்துவர வேண்டியிருக்கிறது. அது அவ் வளவு சுலபமல்ல என்று மட்டும் உங்களிடம் சொல்கிறேன். ஏற்கெனவே நாள் முழுவதும் வேலைக்காரர்கள் எனது மரச் சாமான்களை அங்குமிங்குமாகத் தள்ளிவிட்டுக் கொண்டிருக் கிறார்கள். அதுபோக இந்தப் பெயிண்ட் வாசனையும் என்னை நோயாளி ஆக்கிவிடும் போல் இருக்கிறது. இது எல்லாம் முடிந்த பிறகு நீங்கள் வந்திருந்தால் நான் மகிழ்ச்சி அடைந்திருப்பேன். என்ன செய்வது? தயவுசெய்து உள்ளே வாருங்கள்.'

கரடுமுரடான வகையில் அவர் இவ்வாறு பேசியது எனக்குப் பிடிக்கவில்லை. இருந்தாலும், முதல் மாடியில் இருந்த அவரது வரவேற்பு அறைக்குள் நுழைந்தபிறகு, வியப்பினால் என் வாய் தானாகத் திறந்து கொண்டது. அவரிடம், நீலமணி பாபுவிடம் இருந்ததை விட, அதிகமான கலைப் பொருள்கள் இருந்தன.

'எகிப்தில் இருந்து நிறைய பொருள்களை நீங்கள் சேகரித் திருக்கிறீர்கள் என்று தெரிகிறது' என்றார் ஃபெலுடா.

'ஆமாம். இவற்றில் சிலவற்றை கெய்ரோவில் வாங்கினேன். மற்றவை உள்ளூரில் வாங்கியவை.'

'இதோ பார் சுபோத்' என்று சொல்லிக்கொண்டே ஃபெலுடா என் முதுகில் ஒரு கையை வைத்து யாரும் அறியாத வண்ணம் சுருக்கென்று கிள்ளினார். 'இந்த மிருகங்களைப் பார்த்தாயா? எகிப்தியர்கள் இவற்றைக் கடவுளாக வணங்கி வந்தார்கள். இதோ இருக்கும் ஆந்தை, அதோ இருக்கும் வல்லூறு, ஏன் இந்த பறவைகளும் கூட அவர்களுக்குக் கடவுள்தான்.'

திரு. தத்தா, சோபா ஒன்றில் அமர்ந்து கொண்டு ஒரு சுருட்டைப் பற்ற வைத்தார். அந்த நேரத்தில் எது என்னைப் பிடித்து ஆட்டியது என்றே தெரியவில்லை. நான் கேட்டது மட்டும்தான் எனக்குத் தெரிந்தது. 'மாமா, ஓநாயைப் போன்ற கடவுள் எதுவும் அவர்களிடம் இல்லையா?'

இதைக் கேட்டதும் திரு. தத்தாவுக்கு புரையேறி விட்டது. சிறிது நேரத்துக்கு இருமிக்கொண்டே அவர் சொன்னார்: 'இந்த சுருட்டு தான். முன்பைப் போல நல்ல தரத்துடன் எதையும் நீங்கள் வாங்கி விட முடியாது. இதற்கு முன்பெல்லாம் இவ்வளவு காரமாக இருந்ததில்லை.'

அவர் கூறியதைக் கேளாததுபோல், ஃபெலுடா மெல்லிய குரலில் சொன்னார்: 'ஹெஹ்ஹே! என் மருமகன் அனுபிஸ் சிலையைப் பற்றி சொல்கிறான். நேற்று இரவுதான் அவனிடம் அனுபிஸ் பற்றி சொல்லியிருந்தேன்.'

எதிர்பாராமல் திரு. தத்தாவுக்குக் கோபம் வந்தது போலிருந்தது. 'அனுபிஸ்! ஹா, முட்டாள்! படுமுட்டாள்!'

தனது தடித்தக் கண்ணாடி வழியாக ஃபெலுடா அவரை உற்றுப் பார்த்தார். 'எனக்குப் புரியவில்லை. புராதனமான ஓர் ஃகிப்திய கடவுளை ஏன் படுமுட்டாள் என்று கூறுகிறீர்கள்?' எனப் புகார் செய்பவரைப் போல கேட்டார்.

'இல்லையில்லை, நான் அனுபிஸை சொல்லவில்லை. அந்த ஆளைத்தான் சொன்னேன். இதற்கு முன்புகூட ஏலங்களில் அவரை நான் பார்த்திருக்கிறேன். சரியான முட்டாள். எந்தவித யோசனையும் இன்றி அவர் ஏலம் கேட்கிறார். இதோ பாருங்கள், அந்தச் சிலை மிகவும் அழகாகத்தான் இருந்தது. ஆனாலும், அதற்கு அவர் சொன்ன விலை மிகவும் முட்டாள்தனமாகவும் அதிகமாகவும் இருந்ததால், நான் போட்டியிலிருந்து விலகிக் கொண்டுவிட்டேன். அதுபோன்று பணம் அவருக்கு ஃஹங்கி ருந்துதான் வருகிறதோ? கடவுளுக்கே வெளிச்சம்!'

ஃபெலுடா, இதற்கு பதிலேதும் சொல்லவில்லை. அந்த அறையை மீண்டும் ஒருமுறை சுற்றுமுற்றும் பார்த்துவிட்டு, பிறகு அவருக்கு வணக்கம் செலுத்தினார். 'உங்களுக்கு மிக்க நன்றி' என்று கூறிக்கொண்டே நாங்கள் வந்த வழியாக நகரத் தொடங்கினார். 'நீங்கள் உண்மையிலேயே மிகவும் உதவி செய் துள்ளீர்கள். எனக்கு மிகவும் மகிழ்ச்சியாக இருந்தது. எனது மருமகனும் நிறையவே கற்று கொண்டிருப்பான்.' நாங்கள் படிக்கட்டில் கீழே இறங்கும்போது சாதாரணமாக அவர் ஒரு கேள்வியைக் கேட்டார். 'இந்த வீட்டில் நீங்கள் தனியாகத்தான் இருக்கிறீர்களா?'

'இல்லை. என் மனைவியுடன்தான் வசிக்கிறேன். எனக்கு ஒரு மகனும் உண்டு. ஆனால், அவன் இங்கு வசிக்கவில்லை' என்று பதில் வந்தது.

நாங்கள், திரு. தத்தாவின் வீட்டைவிட்டு வெளியே வந்தோம். அருகில் ஏதாவது டாக்ஸி கிடைக்கும் என்ற நம்பிக்கையில்

நடக்கத் தொடங்கினோம். இன்னும் மாலை ஏழு மணிகூட ஆக வில்லை. என்றாலும், வெளியே முற்றிலும் அமைதியாக இருந்தது. கண்ணுக்கு எட்டிய வரையில் இரண்டு சிறுவர்கள் பிச்சை எடுத்துக் கொண்டிருப்பதைத் தவிர வேறு எவரும் தென்படவில்லை. அதில் ஒரு சிறுவன் ராகத்துடன் பாடிக் கொண்டிருந்தான். மற்றொருவன் தம்புரா போன்ற கருவியை வாசித்துக் கொண்டிருந்தான். அவர்கள் அருகே வந்தபோது அதே வார்த்தைகளை ஃபெலுடா வாய்க்குள்ளே பாடத் தொடங்கினார்.

'அம்மா தாயே, கருணை காட்டுங்கம்மா! உங்களை விட்டால் எனக்கு வேறு யாருமில்லை!'

ஒருசில நிமிடங்களில் நாங்கள், பாலி கஞ்ச் சுற்றுச் சாலையை அடைந்தோம். அங்கே காலியாக இருந்த ஒரு டாக்ஸியைப் பார்த்தோம். ஃபெலுடா பாடுவதை நிறுத்திவிட்டு, 'டாக்ஸி' என்று உரக்கக் கத்தினார். நகர்ந்து வந்து கொண்டிருந்த அந்த டாக்ஸி, ஃபெலுடா போட்ட சத்தத்தில், அப்படியே எங்கள் அருகில் வந்து 'கிரீச்' என்ற சத்தத்துடன் நின்றது. நாங்கள் வண்டிக்குள் நுழைந்ததும் டிரைவர் ஃபெலுடாவை குழப்பத் துடன் பார்ப்பதைக் கண்டேன். இவ்வளவு தளர்ந்து போன வயதான மனிதரின் குரலில்தான் எவ்வளவு அழுத்தம் என்று அந்த டிரைவர் வியப்படைந்திருக்கவும் கூடும்!

அடுத்த நாள் காலை போன் மணி அடித்தபோது நான் பல் தேய்த்துக் கொண்டிருந்தேன். ஃபெலுடாதான் போனை எடுத் தார். குளியல் அறையை விட்டு நான் வெளியே வந்தபோது, நேற்று இரவு பிரதுல் தத்தாவின் வீட்டில் கொள்ளையடிக்கப் பட்டது என்றும், அதைச் சொல்வதற்காகத்தான் நீலமணி பாபு போன் செய்தார் என்றும், ஃபெலுடா கூறினார். திருடர்கள் பணம் எதையும் தொடவில்லை. புராதனமான, மதிப்புமிக்கக் கலைப் பொருள்கள் பலவும் காணாமல் போயிருப்பதாகவும், அதன் மொத்த மதிப்பு சுமார் ஐம்பது ஆயிரம் ரூபாய் இருக்கும் என்றும் கூறினார். இந்தத் திருட்டு பற்றி பத்திரிகையில் வந்துள்ளது என்றும், போலீஸ் தங்களது விசாரணையைத் தொடங்கி இருக்கின்றனர் என்றும் அவர் கூறினார்.

நாங்கள் பிரதுல் தத்தாவின் வீட்டை அடைந்தபோது, காலை ஏழு மணியைத் தாண்டிவிட்டது. இந்தமுறை நாங்கள் மேக்கப்

எதுவும் இல்லாமலேயேதான் சென்றோம். நாங்கள் நுழைந்த போதுதான் பருத்த உடலமைப்பு கொண்ட ஒருவர், போலீஸ் உடையில் வீட்டைவிட்டு வெளியேறிக் கொண்டிருந்தார். ஃபெலுடாவை அவருக்குத் தெரிந்திருந்தது. அகன்ற சிரிப்புடன் ஃபெலுடாவின் முதுகைத் தட்டிக்கொண்டே, 'காலை வணக்கம் ஃபெலு பாபு! இங்கே வழி கண்டுபிடித்து வர உங்களுக்கு ரொம்ப நேரம் ஆகவில்லை என்றே தெரிகிறது' என்றார் அவர்.

ஃபெலுடா அமைதியான புன்னகையுடன் கூறினார்: 'இது என்னுடைய வேலை என்பதால் நான் வர வேண்டியிருந்தது.'

'இல்லை. உங்களுடைய வேலை என்று சொல்லாதீர்கள். இந்த வேலை எங்களுடையதுதான். உங்களைப் பொறுத்தவரையில் இது வெறும் பொழுதுபோக்குதான், இல்லையா?'

ஃபெலுடா இதைப் பொருட்படுத்தவில்லை. அதற்கு பதிலாக அவர் கேட்டார்: 'இதில் ஏதாவது தெரிய வந்துள்ளதா? இது சாதாரண திருட்டுவேலைதானா?'

'ஆமாம், ஆமாம். வேறென்ன இருக்க முடியும்? ஆனாலும், திரு. தத்தா மிகவும் கலங்கிப் போயிருக்கிறார். நேற்று வயதான ஒரு வரும் அவரது மருமகனும் அவரைப் பார்க்க வந்திருந்தார்கள் என்று எங்களிடம் கூறினார். அவர்கள்தான் இதற்குக் காரணமாக இருக்கக்கூடும் என்று அவர் நினைக்கிறார்.'

திடீரென்று என் தொண்டை வறண்டு போனது. ஒருவேளை, இந்தத் தடவை ஃபெலுடா போதுமான கவனமின்றி நடந்து விட்டாரோ? இருந்தாலும், ஃபெலுடா கொஞ்சம்கூட அசைந்து கொடுக்கவில்லை. 'நல்லது. அப்படியானால் அந்த வயதான மனிதரையும் அவரது மருமகனையும் கண்டுபிடிக்க வேண்டியது தான் உங்கள் வேலை. மிகவும் எளிமையான வேலைதான்' என்றார் அவர்.

அந்த தடிமனான போலீஸ் அதிகாரி சொன்னார்: 'நன்றாகத்தான் சொன்னீர்கள். கதையில் வரும் அமெச்சூர் துப்பறியும் நிபுணர் என்ன சொல்வாரோ, அதையேதான் நீங்களும் சொல்லி யிருக்கிறீர்கள்.'

அந்த அதிகாரியின் கேலி வார்த்தைகளைப் பற்றி கவலைப் படாமல், உறுதியுடன், ஃபெலுடா கேட்டார்: 'நாங்கள் வீட்டுக்குள் செல்லலாமா?'

'ஆமாம், ஆமாம். நீங்கள் போகலாம்.'

அதே வராந்தாவில்தான் பிரதுல் தத்தா உட்கார்ந்திருந்தார். அவர் ஆழ்ந்த சிந்தனையில் இருந்ததால் எங்களை கவனிக்கவே இல்லை என்பது தெளிவாகத் தெரிந்தது. காவல்துறையைச் சேர்ந்த அந்த நண்பர் கேட்டார்: 'சம்பவம் நடந்த அறையைப் பார்க்க விரும்புகிறீர்களா?'

'ஆமாம்.'

முதல் மாடியில் இருந்த வரவேற்பறைக்கு நாங்கள் அழைத்துச் செல்லப்பட்டோம். ஃபெலுடா நேராக பால்கனி பகுதிக்குச் சென்று எட்டிப் பார்த்தார். 'அதோ பாருங்கள், அங்கே ஒரு பைப் இருக்கிறது. எனவே, இந்த அறைக்குள் நுழைவது ஒரு பிரச்னையே இல்லை.'

'உண்மைதான். எப்படி இருந்தாலும் பெயிண்ட் இன்னமும் ஈரமாகவே இருப்பதால் கதவை மூட முடியாது. எனவே, திருடனைக் கதவைத் திறந்து வைத்து வரவேற்றது போலத்தான்!'

'எப்பொழுது இந்தத் திருட்டு நடந்தது?'

'இரவு ஒன்பதே முக்கால் மணிக்கு.'

'யார் முதலில்...?'

'இங்கே ஒரு பழைய வேலைக்காரன் இருக்கிறான். அங்கே இருக்கிற அறையில் அவன் படுக்கையைத் தயார் செய்து கொண்டிருந்திருக்கிறான். அந்த நேரத்தில் அவனுக்கு ஏதோ சத்தம் கேட்டிருக்கிறது. என்னவென்று பார்க்க இங்கே வந்திருக்கிறான். அறை முழுவதும் இருட்டாக இருந்திருக் கிறது. அவன் விளக்கைப் போடுவதற்கு முன்பாகவே, யாரோ, அவனை அடித்துக் கீழே தள்ளி இருக்கிறார்கள். அவன் சமாளித்து எழுந்து குரல் எழுப்புவதற்குள் திருடன் இங்கிருந்து மறைந்து விட்டான்.'

ஃபெலுடா முகத்தைச் சுளித்தார். இந்தச் சுளிப்பை நான் நன்றாகப் புரிந்து வைத்திருந்தேன். அவருக்கு, ஏதோ ஒரு புதிய பொறி தட்டுகிறது என்பதுதான் அதன் பொருள். 'அந்த வேலைக் காரனுடன் நான் பேச விரும்புகிறேன்' என்று நறுக்கென்று சொன்னார் ஃபெலுடா.

'நல்லது. அப்படியே செய்வோம்.'

திரு தத்தாவின் வேலைக்காரன் பெயர் பஞ்ஷலோசன். இப்பொழுதும் அவன் அதிர்ச்சியிலேயே உறைந்திருந்த மாதிரிதான் தெரிந்தது. இன்னமும் வலியால் துடித்துக் கொண்டிருப்பது போல் தோற்றமளித்த அவனிடம், ஃபெலுடா கேட்டார்: 'எங்கே வலிக்கிறது?'

'வயிற்றில்' என்று குழறிய குரலில் அவன் கூறினான்.

'வயிற்றிலா! திருடன் உன் வயிற்றிலா தாக்கினான்?'

'ஆமாம். எப்படிப்பட்ட அடி அது. ஏதோ ஒரு வெடிகுண்டுதான் என் உடம்பைத் தாக்கியதோ என்று நினைத்துவிட்டேன். அதன்பிறகு எல்லாமே எனக்கு இருட்டாகி விட்டது.'

'எப்பொழுது உனக்கு அந்தச் சத்தம் கேட்டது? அப்பொழுது நீ என்ன செய்து கொண்டிருந்தாய்?'

'சரியான நேரம் என்னவென்று என்னால் சொல்ல முடியாது, பாபு. அம்மாவின் அறையில் நான் படுக்கையைச் சரிசெய்து கொண்டிருந்தேன். அதற்கு அடுத்த அறையில்தான் அவர் தனது பூஜையைச் செய்து கொண்டிருந்தார். தெருவில் இரண்டு பிச்சைக்கார சிறுவர்கள் பாடிக் கொண்டிருந்தார்கள். அவர்களுக்கு ஏதாவது காசு கொடுக்கச் சொல்லி அம்மா என்னிடம் சொன்னார்கள். நான் வெளியே போக இருந்தேன். அப்பொழுது தான் இந்த அறையில் வித்தியாசமான அந்தச் சத்தம் கேட்டது. ஏதோ கனமான பொருள் ஒன்று கீழே விழுந்தது போல அந்தச் சத்தம் இருந்தது. என்ன நடக்கிறது என்று பார்ப்பதற்காக நான் இங்கே வந்தேன். அப்புறம்தான்...' இதற்கு மேல் அவனால் பேச முடியவில்லை. நாங்கள் அந்த வீட்டைவிட்டு வெளியே சென்ற ஓரிரு மணி நேரத்துக்குள்ளேயேதான் திருடன் அந்த வீட்டில் நுழைந்திருக்கிறான். 'நன்றி' என்று அந்த வேலைக்காரனுக்கும் போலீஸ் அதிகாரிக்கும் சொல்லிவிட்டு ஃபெலுடாவும் நானும் கிளம்பினோம்.

ஒரு வார்த்தை கூட பேசாமல் ஃபெலுடா நடக்கத் தொடங்கினார். அவரது முகம் அழுத்தமாக இருந்தது. கண்கள் ஒளி விட்டுக் கொண்டிருந்தன. அப்படியென்றால் நிச்சயமாக அவருக்கு ஏதோ பொறி தட்டியிருக்க வேண்டும்.

இருந்தாலும், அதைப் பற்றி பேசுவதற்கு அவர் இன்னும் தயாராகவில்லை என்பது எனக்கு நன்றாகத் தெரிந்தது. எனவே, அவருக்குப் பக்கத்தில் நான் அமைதியாக நடந்து கொண்டி ருந்தேன். எனக்குள்ளேயே நடந்த விஷயங்களை அசை போட்டுக் கொண்டிருந்தேன். இருந்தாலும், எனக்கு வழி யொன்றும் தெரியவில்லை என்பது வருத்தப்படக்கூடிய ஒன்று தான். நீலமணி பாபுவைத் தாக்கிய திருடன், திரு. தத்தா இல்லை என்பது தெளிவாகத் தெரிந்தது. அவர் பலசாலியாகத் தெரிந்தார். ஆழமான குரலும் அவருக்கு இருந்தது. இருந்தாலும், பைப்பை பிடித்து அவர் மேலே ஏறுவதை என்னால் கற்பனை செய்துகூட பார்க்க முடியவில்லை. வயது குறைந்த ஆள் யாரோ ஒருவன் தான் இதை செய்திருக்க வேண்டும். அது யாராக இருக்கும், இதைப் பற்றி ஃபெலுடா என்ன நினைக்கிறார்?

அந்தப் பக்கமாக வந்து கொண்டிருந்த காலியான டாக்ஸி எதையுமே கண்டுகொள்ளாமல் நாங்கள் தொடர்ந்து நடந்து கொண்டிருந்தோம். சிறிது நேரத்துக்குப் பிறகுதான், நீலமணி பாபுவின் வீட்டு காம்பவுண்ட் சுவருக்கு மிக அருகில் நாங்கள் நின்று கொண்டிருக்கிறோம் என்பதை நான் உணர்ந்தேன். அந்தச் சுவர் அவருக்கு இடதுபுறத்தில் இருக்க, ஃபெலுடா தொடர்ந்து நடந்து கொண்டிருந்தார். ஒருசில நொடிகளுக்குப் பிறகுதான் அந்தச் சுவர் இடதுபுறமாக வளைந்து செல்கிறது என்பதை உணர்ந்தோம். நாங்களும் இடதுபுறமாகத் திரும்பி னோம். சுமார் இருபது அடி நடந்த பிறகு, ஃபெலுடா, திடீரென்று நின்று அந்தச் சுவரின் ஒரு குறிப்பிட்ட பகுதியை உற்று நோக்கத் தொடங்கினார். பிறகு, அவரது சிறிய ஜப்பானிய கேமராவை வெளியே எடுத்து ஒரு குறிப்பிட்ட பகுதியைப் புகைப்படம் எடுத்தார். இந்த முறை நானும்கூட அதை உற்றுப் பார்த்தேன். அந்த இடத்தில் பழுப்பு நிறத்தில் கை தடம் ஒன்று பதிவாகி இருந்தது. உள்ளங்கையின் ஒரு பகுதி, இரண்டு விரல் கள் ஆகியவற்றின் பதிவுதான் தெளிவாகப் புலப்பட்டது. ஒரு குழந்தையின் கைரேகைதான் அங்கு பதிந்ததுபோல் தெரிந்தது.

திரும்பி நடந்து, இந்த முறை வீட்டின் முன்வாயிலுக்குச் சென்றோம். நாங்களே கதவைத் திறந்துகொண்டு உள்ளே நுழைந்தோம். நீலமணி பாபு வேகவேகமாக ஓடிவந்து எங்களை வரவேற்றார். நாங்கள் அனைவரும் அவரது வரவேற்பறையில் அமர்ந்த பிறகு அவர் சொன்னார்: 'இதைக் கேட்பதற்கு கொஞ்சம் சங்கடமாகக் கூட இருக்கலாம். இருந்தாலும்,

இன்றுதான் என் மனம் லேசானது போல் உணர்கிறேன் என்பதை நான் சொல்லியே ஆகவேண்டும். ஆமாம், என் மிகப்பெரிய போட்டியாளருக்கும் எனக்கு ஏற்பட்ட அதே கதிதான் ஏற்பட்டது என்று தெரிந்ததும் நான் மிக திருப்தியாக உணர்ந்தேன். ஆனாலும், என் அனுபிஸ் சிலை எங்கே போனது? யார் அதை எடுத்துக்கொண்டு போனார்கள்? திரு. மித்தர், நீங்கள் ஒரு புகழ்பெற்ற துப்பறியும் நிபுணர்தானே. இந்த இரண்டு கொள்ளைகள் நடந்த பிறகும்கூட உங்களுக்கு எந்தத் துப்பும் கிடைக்கவில்லையா என்ன?'

இதற்குப் பதிலளிப்பதற்கு மாறாக, முற்றிலும் தொடர்பே இல்லாத ஒரு கேள்வியைக் கேட்டார், ஃபெலுடா. 'உங்கள் மருமகன் எப்படி இருக்கிறான்?'

'யார், ஜுன்ட்டுவா? இன்று அவன் நன்றாகத்தான் இருக்கிறான். அவனது ஜுரம்கூட கொஞ்சம் குறைந்திருக்கிறது.'

'அவனது நண்பர்கள் யாரையாவது உங்களுக்குத் தெரியுமா? அதாவது, யாராவது சின்ன பையன் காம்பவுண்ட் சுவரைத் தாண்டி உள்ளே வந்து, ஜுன்ட்டுவுடன் விளையாட வருவார்களா?'

'சுவரைத் தாண்டிக் குதித்தா! ஏன் அப்படிக் கேட்கிறீர்கள்?'

'சுவற்றின் அந்தப் பக்கத்தில் ஒரு குழந்தையின் கைரேகை பதிந்திருப்பதை நான் பார்த்தேன்.'

'அந்தத் தடயம் புதிதாகவா தெரிந்தது?'

'அதைச் சொல்வது கடினம்தான். இருந்தாலும், ரொம்பப் பழையதாக இருக்க முடியாது.'

'இந்த வீட்டில் அது மாதிரி எந்தச் சிறுவனையும் நான் பார்க்கவில்லை. எங்கள் வீட்டுக்கு எப்போதாவது ஒரு பிச்சைக்கார பையன்தான் வருவான். அதுவும் அவன் வாசல் வழியாகத்தான் வருவான். அவன் வழக்கமாக ஏதாவது பாடல் பாடிக் கொண்டிருப்பான். அவனுக்கு நல்ல குரல்வளம் என்று சொல்லத்தான் வேண்டும். எனது தோட்டத்தில் கொய்யா மரம் இருக்கிறது. ஒருவேளை சின்ன பையன்கள் அவ்வப்போது பழத்தைப் பறிக்க வந்திருக்கக் கூடும். இருந்தாலும், என்னால் உறுதியாக எதையும் கூற முடியவில்லை.'

'உம்ம்...'

நீலமணி பாபு பேச்சை மாற்றினார். 'அந்தத் திருடனைப் பற்றி புதிதாக ஏதாவது தெரிய வந்ததா உங்களுக்கு?'

'அவனுக்கு நல்ல பலம் இருக்கிறது என்று நினைக்கிறேன். பிரதுல் தத்தாவின் வேலைக்காரனை ஒரே குத்தில் மயக்க மடையச் செய்திருக்கிறான், அவன்.'

'அப்படியானால் என்னைத் தாக்கிய அதே ஆளாகத்தான் இருக்க வேண்டும்.'

'இருக்கலாம். ஆனால், அவன் உடல் வலிமையைவிட, அவன் மூளை எப்படி வேலை செய்கிறது என்பதைப் பற்றிதான் நான் கவலைப்படுகிறேன். அவன் மிகவும் குறுக்கு புத்தி உள்ள ஆள் என்றுதான் தோன்றுகிறது.'

நீலமணி பாபு நம்பிக்கை இழந்தவரைப் போலத் தோன்றினார். 'அவனது குறுக்கு புத்திக்கு உங்கள் புத்திசாலித்தனம் ஈடு கொடுக்கும் என்றுதான் நான் நம்புகிறேன், திரு. மித்தர். இல்லை யென்றால் என்னுடைய அனுபிஸ் சிலையை கண்டுபிடிக்கும் நம்பிக்கையை நான் முற்றிலுமாகக் கைவிட்டு விடத்தான் வேண்டும்.'

'இன்னும் இரண்டு நாள் அவகாசம் கொடுங்கள். ஃபெலு மித்தர் என்றுமே தோற்றதில்லை. இல்லை; இதுவரையில் இல்லை.'

இதன்பிறகு நாங்கள் அங்கிருந்து கிளம்பினோம். வெளி வாயிலை நோக்கிச் செல்லும் பாதையில் நாங்கள் நடந்து செல்லும்போது வித்தியாசமான ஒரு ஒலி எங்கள் இருவருக்குமே கேட்டது. கண்ணாடிக் கதவை யாரோ தட்டும் சத்தம் அது. நான் திரும்பிப் பார்த்தேன். முதல் மாடி ஜன்னல் ஒன்றில் சிறு பையன் ஒருவன் நின்று கொண்டிருந்தான். அவன்தான் ஜன்னல் கண்ணாடியைத் தட்டியிருக்கிறான் என்று தோன்றியது. 'ஜௌன்ட்டு' என்று நான் சொன்னேன்.

'ஆமாம். நான்கூட அவனைப் பார்த்தேன்' என்றார் ஃபெலுடா.

அன்று மதிய நேரம் முழுவதையும் அவரது புகழ்பெற்ற நீலநிறக் குறிப்பேட்டில் ஏதோ எழுதுவதிலேயே ஃபெலுடா செல வழித்தார். அவர் என்ன எழுதுகிறார் என்பதைப் பற்றி

கவலைப்பட வேண்டியதில்லை என்று நான் கற்றுக் கொண்டி ருந்தேன். ஏனென்றால், கிரேக்க எழுத்துகளை பயன்படுத்தி ஆங்கிலத்தில்தான் அந்தக் குறிப்பேட்டில் அவர் எழுதுகிறார் என்று எனக்குத் தெரியும். நான் முயற்சி செய்தாலும்கூட என்னால் அதைப் படிக்க முடியாது. நான் கேட்டாலும் நிச்சய மாக ஃபெலுடா என்னிடம் சொல்லமாட்டார். உண்மையைச் சொல்லுவதானால், என்னுடன் பேசுவதையே அவர் நிறுத்தி விட்டார். நானும் அவரை தொந்தரவு செய்யவில்லை. சிந்திப் பதற்கு அவருக்கும் நேரம் தேவைப்படுகிறது. இருந்தாலும், அடித்தொண்டையில் அவர் பாடிக் கொண்டிருந்தார். நாங்கள் முன்பு கேட்ட அந்தப் பிச்சைக்கார சிறுவன் பாடிக்கொண்டிருந்த பாடலைத்தான் அவர் பாடிக் கொண்டிருந்தார்.

மாலை, சுமார் ஐந்து மணி அளவில் ஃபெலுடா தன் மௌனத்தைக் கலைத்தார். 'ஒருசில நிமிடங்கள் நான் வெளியே போய் வருகிறேன். ஸ்டுடியோவில் இருந்து நான் எடுத்த போட்டோக்களின் பெரிய பிரதிகளை வாங்கிக்கொண்டு வரவேண்டும்' என்றார் அவர்.

நான் முற்றிலும் தனியாக விடப்பட்டேன். காலைப் பொழுது மங்கிக்கொண்டே வந்தது. ஃபெலுடா வெளியே போன ஒரு மணி நேரத்துக்குள்ளேயே இருட்டத் தொடங்கிவிட்டது. நாங்கள் வசிக்கும் இடத்திலிருந்து ஸ்டுடியோ ரொம்ப தூரம் இல்லைதான். ஃபெலுடா திரும்பி வர ஏன் இவ்வளவு நேரம் ஆகிறது? என்னிடம் சொல்லிக் கொள்ளாமல் வேறெங்கும் போயிருக்க மாட்டார் என்றே நம்பினேன். ஒருவேளை அந்த போட்டோக்கள் தயாராகாமல் இருக்கலாம். கடையில் அவர் அதற்காகக் காத்திருக்க வேண்டியிருக்கலாம்.

தம்புரா வாசிக்கும் ஒலி என் காதுகளை எட்டியது. அதைத் தொடர்ந்து எனக்கு ஏற்கெனவே நன்கு பழக்கமான அந்தப் பாடல் கேட்டது.

'அம்மா தாயே! கருணை காட்டுங்கம்மா!
உங்களை விட்டால் எனக்கு வேறு யாருமில்லை!'

அதே சிறுவர்கள்தான், இப்பொழுது எங்கள் தெருவில் பாடிக் கொண்டிருக்கிறார்கள். நான் சென்று ஜன்னலருகில் நின்றேன். அந்த இரண்டு சிறுவர்களையும் இப்பொழுது என்னால் பார்க்க முடிந்தது. ஒரு பையன் தம்புராவை மீட்ட, மற்றொருவன் பாடிக்

கொண்டிருந்தான். நன்றாகத்தான் பாடுகிறான். அவர்கள் இப்பொழுது எங்கள் வீட்டுக்கு முன்னால் நின்று கொண்டி ருந்தார்கள். பாடிக் கொண்டிருந்த சிறுவன் பாட்டை நிறுத்தி விட்டு முகத்தை உயர்த்தினான். 'அம்மா, காசு கொடுங்கம்மா!' அவன் கதறினான். நான் எனது பர்ஸிலிருந்து ஐம்பது பைசா நாணயத்தை எடுத்து ஜன்னல் வழியாக வீசி எறிந்தேன். சின்ன சத்தத்துடன் அவனது காலடியில் விழுந்த நாணயத்தை எடுத்து, தோளில் இருந்த பையில் போட்டுக் கொண்டு, பாடலை விட்ட இடத்திலிருந்து தொடர்ந்துகொண்டே அங்கிருந்து நகர்ந்து போனான்.

அவனை உற்றுப் பார்த்துக்கொண்டே இருந்தேன். முற்றிலும் குழப்பமாக இருந்தது. எங்கள் தெரு ஒன்றும் அவ்வளவு வெளிச்சமாக இல்லை. இருந்தாலும், காசு கேட்பதற்காக அந்த பையன் தலையை உயர்த்தியபோது அவனை என்னால் தெளிவாகப் பார்க்க முடிந்தது. அவனது முகத்துக்கும் ஜ•ன்டுவின் முகத்துக்கும் மிக நெருங்கிய ஒற்றுமை இருந்தது. இல்லையில்லை நான்தான் தவறு செய்கிறேன் என்று எனக்குள்ளேயே சொல்லிக்கொண்டேன். இருந்தாலும்கூட ஃபெலுடா திரும்பிவந்த அடுத்த நிமிடமே சொல்லிவிட வேண்டிய விஷயம் இது என்று தீர்மானித்துக் கொண்டேன்.

மிகுந்த கோபத்துடன் ஃபெலுடா ஆறரை மணிக்குத் திரும்பி வந்தார். அவர் கடையில் காத்திருக்க வேண்டியிருக்கும் என்று நான் நினைத்தது சரிதான். 'இனிமேல் எனக்கென்று ஒரு போட்டோ கழுவும் அறையை உருவாக்கி நானே சொந்தமாகப் பிரதி எடுத்துக்கொள்ளப் போகிறேன்' என்று அவர் அறிவித்தார். 'சரியான நேரத்தில் கிடைப்பதற்கு இந்த ஸ்டுடியோக்களை நம்பவே முடியாது.'

அவரது படுக்கையில் போட்டோ பிரதிகளை விரித்து வைத்துக் கொண்டு, அவற்றைக் கூர்ந்து கவனிக்கத் தொடங்கினார் ஃபெலுடா. அதற்கு மேலும் காத்திருக்க எனக்குப் பொறுமை இல்லை. அந்தப் பிச்சைக்கார பையன் பற்றிய என் சந்தேகத்தை அவரிடம் கூறினேன். ஆனால், ஃபெலுடாவின் முகத்தில் எந்தவித ஆச்சரியமோ, திகைப்போ இல்லை. 'இதில் வித்தியாசமாக ஏதும் இல்லையே' என்றார் அவர்.

'அப்படி இல்லையா என்ன?'

'இல்லை.'

'அப்படியானால் இந்த விஷயம் நான் நினைத்ததைவிட மிகவும் சிக்கலானதாகத்தான் மாறியுள்ளது.'

'ஆமாம். அது உண்மைதான்.'

'அப்படியானால், இந்தத் திருட்டுகளில் அந்த சின்னப் பையன் சம்பந்தப்பட்டிருக்கிறான் என்று நீங்கள் உண்மையிலேயே நம்புகிறீர்களா?'

'அவன் சம்பந்தப்பட்டு இருக்கவும் கூடும்'

'ஆனால் அந்த வயதுள்ள, அந்த அளவிலுள்ள ஒரு பையனால், எப்படி ஒரே அடியில் ஆளை மயக்கம் கொள்ளச் செய்ய முடியும்?'

'நீலமணி பாபுவையும் பங்ஷலோசனையும் சிறு பையன்தான் தாக்கியது என்று யார் சொன்னது?'

'அப்படி இல்லையா என்ன?'

ஃபெலுடா என் கேள்விக்கு பதிலளிக்கவில்லை. புகைப் படங்களைப் பார்ப்பதில் மீண்டும் மூழ்கிவிட்டார். நீலமணி பாபுவின் வீட்டுச் சுவரில் பதிந்திருந்த கைரேகையை இன்று காலை அவர் போட்டோ எடுத்திருந்தார். அதன் பெரிதுபடுத்தப் பட்ட பிரதியைத்தான் அவர் மிகவும் உன்னிப்பாக பார்த்துக் கொண்டிருந்தார்.

நான் வேடிக்கையாக அவரிடம் கேட்டேன்: 'ஒருமுறை நீங்கள் கைரேகை பார்க்கத் தெரியும் என்று சொல்லியிருக்கிறீர்கள். இந்தக் கைக்கு உடையவர் எவ்வளவு நாள் உயிரோடு இருப்பார் என்று உங்களால் சொல்ல முடியுமா?'

இதைக் கேட்டு ஃபெலுடா சிரிக்கவும் இல்லை; பதிலளிக்கவும் இல்லை. மீண்டும் புருவத்தை சுருக்கியபடியே அவர் ஆழ்ந்த சிந்தனையில் ஆழ்ந்தார். 'இதிலிருந்து உனக்கு என்ன தோன்று கிறது?' என அவர் கேட்டார். அவரது இந்த திடீர் கேள்வியால் எனக்கு தூக்கிவாரிப் போட்டது.

'எனக்கு என்ன தோன்றுகிறது என்றால்?'

'நீ காலையில் பார்த்ததற்கும் இப்பொழுது நீ பார்ப்பதற்கும் .'

'காலையிலா, அதாவது, நீங்கள் போட்டோ எடுத்தீர்களே அப்போதா?'

'ஆமாம்.'

'அது ஒரு குழந்தையின் கைரேகை. அதற்குமேல் பார்க்க என்ன இருக்கிறது?'

'அதன் நிறத்தை வைத்து உன்னால் ஏதும் சொல்ல முடிகிறதா?'

'நிறமா, அது பழுப்பு நிறம், அதுதானே?'

'ஆமாம். அதற்கு என்ன அர்த்தம்?'

'அந்தப் பையனின் கையில் ஏதாவது படிந்திருக்குமோ?'

'ஏதாவதா... இன்னும் கொஞ்சம் யோசி; இன்னும் தெளிவா யோசி!'

'அது ஒருவேளை பெயிண்டாகக் கூட இருக்கலாம். இருக்கலாம்தானே?'

'நல்லது. அது எங்கிருந்து வந்திருக்கக் கூடும்?'

'பழுப்பு நிற பெயிண்ட்டா, எனக்கு எப்படித் தெரியும்? இல்லை; இல்லை. கொஞ்சம் பொறுங்கள். இப்பொழுது நினைவுக்கு வந்துவிட்டது. திரு. தத்தாவின் வீட்டுக் கதவுகள், ஜன்னல் களுக்கு எல்லாம் பழுப்பு நிறத்தில்தான் பெயிண்ட் அடித்தி ருந்தது.'

'அதேதான். அன்றைக்கு உன் சட்டையிலும் கூட சிறிது பெயிண்ட் ஒட்டிக்கொண்டது. உன் சட்டையைப் பார்த்தால் இப்பொழுதும் அது இருப்பதைப் பார்க்கலாம்.'

'ஆனால்...' எனக்கு லேசாகத் தலைசுற்றத் தொடங்கியது. 'கையில் பெயிண்ட் ஒட்டியிருக்கும் கைக்கு உரியவன்தான் பிரதுல் தத்தாவின் வீட்டில் திருட வந்த திருடனா?'

'ஆமாம். அதற்கு வாய்ப்பு உண்டு. மீண்டும் போட்டோவை பார். உன்னால் வேறு ஏதாவது கண்டுபிடிக்க முடிகிறதா?'

நான் தீவிரமாகச் சிந்திக்க முயற்சி செய்தேன். இறுதியில் ஒன்றும் முடியவில்லை என்று தலையை ஆட்டினேன்.

'அதனால் பரவாயில்லை. உன்னால் கண்டுபிடிக்க முடியாது என்று எனக்குத் தெரியும். உன்னால் கண்டுபிடிக்க முடிந்தி ருந்தால்தான் நான் மிகவும் ஆச்சரியப்பட்டு போயிருப்பேன். இல்லையில்லை, உண்மையைச் சொல்ல வேண்டுமானால் மிகவும் அதிர்ச்சி அடைந்திருப்பேன்.'

'ஏன்?'

'ஏனென்றால், என்னை விட நீ புத்திசாலித்தனத்தில் குறைந்த வனல்ல என்பதை நிரூபித்திருப்பாய்!'

'ஓ, புத்திசாலி அண்ணனே! நீங்கள் என்ன கண்டுபிடித்தீர்கள் அந்தக் கையில்?'

'இது சிக்கலான விஷயம் என்பதற்கு மேலேயும் போயிருக்கிறது. இதில் கொடூரமானதொரு கோணமும் அடங்கி யிருக்கிறது. மிகச் சமீபத்தில்தான் நான் அதை உணர்ந்தேன். இது அனுபிஸ் போலவே பயங்கரமானதும் கூட!'

அடுத்த நாள் காலை, ஃபெலுடா, நீலமணி பாபுவுக்கு போன் செய்தார்.

'ஹலோ, திரு. சன்யால்? உங்கள் சிலை பற்றிய மர்மம் விளங்கி விட்டது. இல்லையில்லை; அந்தச் சிலை இன்னும் எனக்குக் கிடைக்கவில்லை. இருந்தாலும், அது எங்கே இருக்கிறது என்று எனக்குத் தெரியும் என நினைக்கிறேன். இன்று காலை நீங்கள் வேலைப்பளு ஏதுமின்றி இருப்பீர்களா? என்ன, அவனுக்கு உடல்நிலை மோசமாகி விட்டதா? எந்த ஹாஸ்பிடல்? நல்லது. நாம் மீண்டும் சந்திப்போம். நன்றி.'

ஃபெலுடா ரிசீவரை வைத்துவிட்டு மீண்டும் உடனடியாக மற்றும் ஓர் எண்ணுக்கு போன் செய்தார். அவர், தாழ்ந்த குரலில் பேசியதால் என்ன பேசினார் என்று தெரியவில்லை. போனுக் குள்ளேயே முணுமுணுத்த மாதிரிதான் இருந்தது. இருந்தாலும், போலீஸில் யாருடனோ அவர் பேசிக் கொண்டிருக்கிறார் என்பதை மட்டும் என்னால் சொல்லமுடியும். பிறகு, என்னை நோக்கித் திரும்பி, 'சீக்கிரம் கிளம்பு. நாம் வெளியே போகப்போகிறோம். ஆமாம், இப்போதேதான்.'

காலை நேரமாக இருந்ததால் அதிர்ஷ்டவசமாக சாலையில் அதிக போக்குவரத்து இல்லை. அதுபோக, ஃபெலுடாவும் டிரைவரை எவ்வளவு முடியுமோ அவ்வளவு வேகமாகப் போகும்படி கூறினார். நீலமணி பாபுவின் வீடு இருந்த தெருவை நாங்கள் அடைவதற்கு ஒருசில நிமிடங்களே பிடித்தது. நாங்கள் அவரது வீட்டு வாயிலை நெருங்கும் நேரத்தில்தான், ஒரு கறுப்பு அம்பாசிடர் காரில் அவர் வெளியே செல்வதை கவனித்தோம். நீலமணி பாபு, அவரது டிரைவரைத் தவிர வேறு யாரும் அந்தக் காரில் இருப்பதாகத் தெரியவில்லை. ஃபெலுடா, 'அந்தக் காரை பின்தொடருங்கள்' என்று கத்தினார். உற்சாகமடைந்த எங்கள் டிரைவர் வண்டியின் வேகத்தை அதிகப்படுத்தினார். நீலமணி பாபுவின் கார் வலதுபுறம் திரும்புவதை நான் பார்த்தேன். அந்தக் கணத்தில் முற்றிலும் எதிர்பாராத வகையில் ஃபெலுடா ஒரு செயலைச் செய்தார். அவர் மேற்சட்டையின் உள்புற பாக்கெட்டி லிருந்து அவரது ரிவால்வரை வெளியே எடுத்து, ஜன்னலுக்கு வெளியே சாய்ந்து கொண்டு, அந்த அம்பாசிடர் காரின் பின்புற டயர்கள் மீது சுட்டார்.

துப்பாக்கியில் இருந்து வந்த சத்தமும், டயர்கள் வெடித்த சத்தமும் சேர்ந்து காதை செவிடாக்கிவிடும் போல் கேட்டன. பிறகு, அந்த அம்பாசிடர் அங்குமிங்குமாகக் கலைந்து இறுதியில் ஒரு தெருவிளக்குக் கம்பத்தின் மீது மோதி அசையாமல் நின்றதை

நான் பார்த்தேன். அதற்கு சற்று பின்னே சென்று எங்கள் டாக்ஸி நின்றது. எதிர்புறத்திலிருந்து ஒரு போலீஸ் ஜீப் வந்து அந்தப் பக்க வழியை மறித்துக் கொண்டு நின்றது.

நீலமணி சன்யால் காரிலிருந்து வெளியே வந்து சுற்றுமுற்றும் பார்த்தார். அவரைப் பார்த்தால் மிகவும் கோபம் அடைந்தவரைப் போல் தெரிந்தது. ஃபெலுடாவும் நானும் எங்கள் டாக்ஸி யிலிருந்து வெளியே வந்து அவரை நோக்கி நடக்கத் தொடங்கி னோம். அதேநேரத்தில் போலீஸ் ஜீப்பிலிருந்து அதே தடிமனான போலீஸ் அதிகாரி வெளியே குதித்தார்.

எங்களைப் பார்த்தவுடன், 'என்ன நடக்கிறது இங்கே?' என்று கேட்டார் நீலமணி பாபு.

'திரு. சன்யால், வண்டியில் டிரைவரைத் தவிர வேறு யார் உங்களுடன் இருக்கிறார்கள்?' ஃபெலுடா எவ்வித சலனமு மின்றி கேட்டார்.

நீலமணி பாபு சத்தம் போட்டார். 'யாரென்று நினைக்கிறீர்கள்? எனது மருமகனை மருத்துவமனைக்கு அழைத்துச் செல்கிறேன் என்று சொன்னேன், அல்லவா?'

ஒரு வார்த்தை கூட பேசாமல் ஃபெலுடா முன்னே நகர்ந்து வண்டியின் பின்பக்கக் கதவைத் திறந்தார். கதவு திறந்ததும், ஒரு சிறு பையன் வண்டியிலிருந்து எகிறி ஃபெலுடாவின் கழுத்தை இறுக்கிப் பிடித்துக் கொண்டான்.

அந்தப் பிடியில் ஃபெலுடா மூச்சுத் திணறி செத்துப் போயிருக்கக் கூடும். ஆனால், அவர் யோகாவில் மட்டும் நிபுணர் அல்ல; ஜி - ஜிட்ஸூ, கராத்தே போன்ற தற்காப்பு கலைகளையும் கூட கற்றிருந்தார். அந்தப் பையனின் கைகளை வளைத்து தன்னை விடுவித்துக் கொண்டு, அவனைத் தலைமேல் தூக்கி சாலையில் போடுவதற்கு அவருக்கு ஒருசில நொடிகளே பிடித்தன. வலி யால் அந்தப் பையன் கத்தினான். இந்த திடீர் தாக்குதலில் என் இதயமே வெளியே வந்துவிடும்போல் ஆகிவிட்டது. அந்தக் குரல் ஒரு சிறுவனின் குரலைப் போலவே இல்லை. நன்கு வளர்ந்த பெரியவர்களின் குரலைப் போல இருந்தது; கொடூர மானதாகவும் கரடுமுரடாகவும் இருந்தது. டெலிபோனில் நான் கேட்ட அதே குரல்தான் இது.

இதற்குள் அந்தப் போலீஸ் அதிகாரியும் மற்ற போலீசாரும் வண்டியைச் சுற்றி வளைத்து, நீலமணி பாபு, அவரது டிரைவர், அந்தக் 'குழந்தை' அனைவரையும் கைது செய்தனர்.

ஃபெலுடா, தனது சட்டை காலரை சரிப்படுத்திக் கொண்டு சொன்னார்: 'அந்தக் கைரேகைதான் என்னை வியப்படையச் செய்தது. அதில் ஏராளமான ரேகைகள் இருந்ததால், நிச்சயம் அது ஒரு குழந்தையின் கையாக இருக்க முடியாது என முடிவு செய்தேன். ஒரு குழந்தையின் கைரேகை, வரிகள் ஏதுமின்றி, தெளிவாக இருக்கும். இருந்தாலும், உள்ளங்கையின் அளவு மிகவும் சிறியதாக இருந்தால், அதற்கு ஒரே ஒரு விளக்கம்தான் இருக்க முடியும். அந்தக் 'குழந்தை' உண்மையில் ஒரு சித்திரக் குள்ளன்தான். திரு. சன்யால் உங்கள் உதவியாளனின் வயது என்ன?'

'நாற்பது' என்று நீலமணி பாபு முணுமுணுத்தார். அவரது குரலும் கூட வேறு மாதிரியாக இருந்தது.

ஃபெலுடா தொடர்ந்து சொன்னார்: 'நீங்கள் மிகவும் புத்திசாலி என்று நினைத்துக் கொண்டீர்கள். உங்கள் திட்டமும் எந்தக் குறையும் இல்லாமல்தான் இருந்தது. பரிசு வாங்கும் அளவுக்கு உங்கள் நடிப்பும் இருந்தது. சித்திர எழுத்தில் அச்சுறுத்தல் என்ற கதையை என்னிடம் சொன்னீர்கள். பிறகு, உங்கள் மீது சந்தேகம் வராமல் இருப்பதற்காக உங்கள் வீட்டிலேயே திருடு போனது போல நாடகமாடினீர்கள். பிறகு, பிரதுல் தத்தாவின் வீட்டைக் கொள்ளையடிக்க ஏற்பாடு செய்தீர்கள். அவரது பொருள்களில் சிலவும் உங்கள் கைக்கு வந்து சேர்ந்தன. உங்கள் வீட்டில் நாங்கள் பார்த்த அந்தப் பையன் பிச்சைக்கார பையன்தானே; பாடுவானே அவன்தானே, சொல்லுங்கள்?'

நீலமணி பாபு மௌனமாகத் தலையை ஆட்டினார்.

'ஆமாம். அந்தப் பையன் பாடுவான். இந்தச் சித்திரக் குள்ளன் தம்புரா வாசிப்பான். உங்களுக்கு மருமகன் என்று யாரும் இல்லை. நீங்களே இட்டுக்கட்டிய கதை அது. உங்கள் திருட்டு வேலைகளில் உங்களுக்கு உதவி செய்வதற்காக அந்தப் பையனை நீங்கள் வலுக்கட்டாயமாக அடைத்து வைத்திருந்தீர் கள், அல்லவா? இப்பொழுது எனக்கு அது தெரிந்துவிட்டது.

இருந்தாலும், இதைப் புரிந்துகொள்ள எனக்கு சிறிது நேரம் பிடித்தது. அந்தப் பையனையும் சித்திரக் குள்ளனையும் ஒன் றாகவே வெளியே அனுப்புவீர்கள். தம்புராவை அந்தப் பையனிடம் கொடுத்துவிட்டு, சித்திரக்குள்ளன் பிரதுல் தத்தா வின் வீட்டுக்குள் சென்று மறைய, அந்தப் பையன் தொடர்ந்து பாடிக் கொண்டிருந்தான். பங்ஷலோசனை சமாளிக்கும் அளவுக்கு பலசாலியாகத்தான் அந்தச் சித்திரக் குள்ளன் இருந் தான். உண்மையில் மிக அருமையான திட்டம்தான். திரு. சன்யால், எல்லா விஷயங்களையும் யோசித்து திட்ட மிட்டதற்கு உங்களுக்கு நூற்றுக்கு நூறு மதிப்பெண் கொடுக்கத்தான் வேண்டும்.'

நீலமணி பாபு பெருமூச்சு விட்டுவிட்டு சொன்னார்: 'உண்மை என்னவென்றால், புராதன எகிப்து பற்றிய விஷயங்களில் நான் பைத்தியமாகவே ஆகிவிட்டேன். அந்தக் காலத்தைப் பற்றி நான் ஆழமாக படிக்கவும் செய்தேன். அந்த எகிப்திய கலைப் பொருள்கள் பிரதுல் தத்தாவிடம் இருக்கிறது என்ற நினைப்பையே என்னால் தாங்க முடியவில்லை. எப்பாடு பட்டாவது அவற்றை அடையவேண்டும் என்று விரும்பினேன்.'

'நல்லது திரு. சன்யால், பேராசை உங்களை எவ்வளவு தூரம் இட்டுச்செல்லும் என்பதை நீங்களே பார்த்தீர்கள். இன்னும் ஒரே ஒரு விஷயம்தான் உங்களிடம் கேட்க வேண்டியிருக்கிறது.'

'என்ன அது?'

'எனது பரிசு.'

நீலமணி பாபு, ஃபெலுடாவை வெறித்துப் பார்த்தார்.

'பரிசா?'

'ஆமாம். அந்த அனுபிஸ் சிலை உங்களிடம்தான் இருக்கிறது, இல்லையா?'

முட்டாளைப் போன்று நீலமணி பாபு, அவரது கால்சட்டை பாக்கெட்டுக்குள் கைவிட்டார். அதை வெளியே எடுத்தபோது அவரது கையோடு, நாலாயிரம் ஆண்டுகள் பழையதான, எகிப்தியர்களின் இறந்தவர்களுக்கான தெய்வமான அனுபிஸ்

சிலையும் வந்தது. அதில் பதிக்கப்பட்டிருந்த வண்ணக் கற்கள் சூரிய ஒளியில் மின்னலடித்தன.

ஃபெலுடா கையை நீட்டி, நீலமணி பாபுவிடம் இருந்து அந்தச் சிலையை எடுத்துக்கொண்டார்.

'நன்றி' என்றார் அவர்.

நீலமணி பாபு எதுவும் பேசமுடியாமல் மென்று விழுங்கினார். போலீஸ் அதிகாரி, அவரை ஜீப் நின்ற திசையை நோக்கி மெதுவாகத் தள்ளினார்.

www.ingramcontent.com/pod-product-compliance
Lightning Source LLC
LaVergne TN
LVHW041800190726

843493LV00008B/2713